下尺丹几乙し丹下と
Translated Language Learning

Alice's Adventures in Wonderland

การผจญภัยของอลิซในแดนมหัศจรรย์

Lewis Carroll

ลูอิส แคร์โรลล์

English / ไทย

Down the Rabbit Hole
ลงหลุมกระต่าย

Alice was beginning to get very tired
อลิซเริ่มเหนื่อยมาก
she was sitting by her sister on the grass bank
เธอนั่งข้างน้องสาวของเธอบนฝั่งหญ้า
but she had nothing to do
แต่เธอไม่มีอะไรทำ
her sister was reading a book
น้องสาวของเธอกำลังอ่านหนังสือ
once or twice Alice peeped into the book
ครั้งหรือสองครั้งอลิซแอบมองเข้าไปในหนังสือ
but the book had no pictures or conversations in it
แต่หนังสือเล่มนี้ไม่มีรูปภาพหรือบทสนทนาอยู่ในนั้น
"what use is a book without pictures?," thought Alice
"หนังสือที่ไม่มีรูปภาพมีประโยชน์อะไร" อลิซคิด
"why would a book have no conversations?"

"ทำไมหนังสือถึงไม่มีการสนทนา"

but she had other things to consider

แต่เธอมีเรื่องอื่นที่ต้องพิจารณา

"making a chain of daisies would be a pleasure"

"การทำโซ่ดอกเดซี่คงเป็นเรื่องที่น่ายินดี"

"but is it worth the effort of getting up and picking the daisies??"

"แต่มันคุ้มค่ากับความพยายามในการลุกขึ้นและเก็บดอกเดซี่หรือไม่?"

this was not so easy to think about

นี่ไม่ใช่เรื่องง่ายที่จะคิด

because the day was making her feel sleepy and stupid

เพราะวันนั้นทำให้เธอรู้สึกง่วงนอนและโง่เขลา

but suddenly her thoughts were interrupted

แต่ทันใดนั้นความคิดของเธอก็ถูกขัดจังหวะ

a White Rabbit with pink eyes ran close by her

กระต่ายขาวที่มีดวงตาสีชมพูวิ่งเข้ามาใกล้เธอ

There was nothing overly remarkable about the rabbit
ไม่มีอะไรน่าทึ่งเกินไปเกี่ยวกับกระต่าย
and Alice did not think the rabbit remarkable either
และอลิซก็ไม่คิดว่ากระต่ายนั้นน่าทึ่งเช่นกัน
nor did it surprise her when the Rabbit spoke
และมันก็ไม่ทำให้เธอแปลกใจเมื่อกระต่ายพูด
"Oh dear! I shall be too late!" he said to himself
"โอ้ที่รัก! ฉันจะสายเกินไป!" เขาพูดกับตัวเอง
but then the Rabbit did something that rabbits didn't do
แต่แล้วกระต่ายก็ทำสิ่งที่กระต่ายไม่ทำ
the Rabbit took a watch out of its waistcoat-pocket
กระต่ายหยิบนาฬิกาออกจากกระเป๋าเสื้อกั๊ก
he looked at the time and then hurried on
เขามองเวลาแล้วรีบไป
Alice got to her feet, in amazement
อลิซลุกขึ้นยืนด้วยความประหลาดใจ
she had never seen a rabbit with a waistcoat before!
เธอไม่เคยเห็นกระต่ายสวมเสื้อกั๊กมาก่อน!
nor had she ever seen a rabbit with a watch!
เธอไม่เคยเห็นกระต่ายที่มีนาฬิกา!
Alice was burning with a new curiosity
อลิซกำลังลุกโชนด้วยความอยากรู้อยากเห็นใหม่
and she ran across the field after the Rabbit
และเธอก็วิ่งข้ามทุ่งตามกระต่าย
she was just in time to see the rabbit disappear
เธอทันเวลาที่จะเห็นกระต่ายหายไป
the rabbit hopped down into a large rabbit-hole

กระต่ายกระโดดลงไปในโพรงกระต่ายขนาดใหญ่

In another moment, down went Alice after the rabbit!

ในอีกชั่วขณะหนึ่งอลิซก็ล้มลงตามกระต่าย!

The rabbit-hole went straight on like a tunnel

หลุมกระต่ายตรงไปราวกับอุโมงค์

and the tunnel kept going for some distance

และอุโมงค์ก็ดำเนินต่อไปเป็นระยะทางหนึ่ง

and then the path suddenly dipped down

แล้วจู่ๆ ทางเดินก็ลดลง

Alice had not a moment to think about stopping herself

อลิซไม่มีเวลาคิดที่จะหยุดตัวเอง

she found herself falling down and down and down

เธอพบว่าตัวเองล้มลงและลงและลง

it seemed as if she had fallen down a very deep well

ดูเหมือนว่าเธอตกลงไปในบ่อน้ำที่ลึกมาก

Either the well was very deep, or she fell very slowly

ไม่ว่าจะเป็นบ่อน้ำลึกมากหรือเธอตกลงมาช้ามาก

because she had plenty of time to fall

เพราะเธอมีเวลาเหลือเฟือที่จะล้ม

as she was falling she could look all around her

ขณะที่เธอกำลังล้มลง เธอสามารถมองไปรอบ ๆ เธอได้

First, she tried to make out where she was going

ขั้นแรกเธอพยายามหาว่าเธอกำลังจะไปที่ไหน

but the well was too dark to see anything

แต่บ่อน้ำมืดเกินกว่าจะมองเห็นอะไรเลย

then she looked at the sides of the well

จากนั้นเธอก็มองไปที่ด้านข้างของบ่อน้ำ

and she noticed that there were cupboards all around her

และเธอสังเกตเห็นว่ามีตู้อยู่รอบตัวเธอ

and all around the well were book-shelves

และรอบๆ บ่อน้ำมีชั้นหนังสือ

here and there she saw maps and pictures hung upon pegs

ที่นี่และที่นั่นเธอเห็นแผนที่และรูปภาพแขวนอยู่บนหมุด

She took down a jar from one of the shelves as she passed

เธอหยิบขวดโหลลงจากชั้นวางชั้นหนึ่งขณะที่เธอเดินผ่าน

the jar was labelled for its content

โถถูกติดฉลากสำหรับเนื้อหา

"MARMALADE MADE FROM ORANGES"

"แยมผิวส้มทำจากส้ม"

but, to her great disappointment, the marmalade jar was empty

แต่ด้วยความผิดหวังอย่างมากของเธอคือขวดแยมผิวส้มว่างเปล่า

she did not want to drop the empty marmalade jar

เธอไม่ต้องการทำขวดแยมผิวส้มเปล่าหล่น

and her fall was very slow

และการล้มของเธอช้ามาก

so she managed to put the marmalade jar into one of the cupboards

ดังนั้นเธอจึงจัดการใส่โถแยมผิวส้มลงในตู้ตู้หนึ่ง

Down, down, down she fall!

ลง ลง ลง เธอล้มลง!

Would the fall ever come to an end?

การตกจะสิ้นสุดลงหรือไม่?

There was nothing else to do

ไม่มีอะไรให้ทำอีกแล้ว

so Alice soon began talking to herself

ในไม่ช้าอลิซก็เริ่มพูดกับตัวเอง

"Dinah will miss me very much tonight, I should think!"

"คืนนี้ไดนาห์จะคิดถึงฉันมาก ฉันควรจะคิด!"

Dinah was Alice's cat

ไดนาห์เป็นแมวของอลิซ

"I hope they'll remember her saucer of milk at tea-time"

"ฉันหวังว่าพวกเขาจะจำจานรองนมของเธอได้ในเวลาน้ำชา"

"Dinah, my dear, I wish you were down here with me!"

"ไดนาห์ที่รัก ฉันหวังว่าคุณจะอยู่ที่นี่กับฉัน!"

Alice felt that she was dozing off

อลิซรู้สึกว่าเธอกำลังง่วงนอน

and then suddenly, thump! thump!

แล้วทันใดนั้น ก็กระแทก! กระแทก!

down she fell upon a heap of sticks

เธอล้มลงบนกองไม้

and she landed on a pile of dry leaves

และเธอก็ลงจอดบนกองใบไม้แห้ง

and finally the long fall down the hole was over

และในที่สุดการล้มลงหลุมก็จบลง

Alice was not a bit hurt

อลิซไม่ได้รับบาดเจ็บแม้แต่น้อย

and she jumped up within a moment

และเธอก็กระโดดขึ้นภายในชั่วขณะ

She looked up, but it was all dark overhead

เธอเงยหน้าขึ้น แต่เหนือศีรษะมืดไปหมด

in front of her was another long corridor

ตรงหน้าเธอเป็นทางเดินยาวอีกทางหนึ่ง

and the White Rabbit was still in sight

และกระต่ายขาวก็ยังอยู่ในสายตา
he was hurrying down the corridor
เขากำลังรีบวิ่งไปตามทางเดิน
There was not a moment to be lost
ไม่มีช่วงเวลาใดที่จะเสียไป
off ran Alice like the wind
อลิซวิ่งเหมือนสายลม
around the corner turned the rabbit
รอบหัวมุมหันกระต่าย
she was just in time to hear the rabbit
เธอทันเวลาที่จะได้ยินกระต่าย
""Oh, my ears and whiskers"
""โอ้ หูและหนวดของฉัน"
"how late it's getting!"
"มันดึกแค่ไหน!"
She was close behind the rabbit
เธออยู่ข้างหลังกระต่าย
she turned around another corner
เธอหันไปอีกมุมหนึ่ง
but the Rabbit was no longer to be seen
แต่กระต่ายไม่ปรากฏให้เห็นอีกต่อไป
She found herself in a long, low hall
เธอพบว่าตัวเองอยู่ในห้องโถงที่ยาวและเตี้ย
the hall was lit up by a row of ceiling lamps
ห้องโถงสว่างไสวด้วยโคมไฟเพดานแถวหนึ่ง
There were doors all around the hall
มีประตูอยู่รอบห้องโถง
but all the doors were locked

แต่ประตูทั้งหมดถูกล็อค

she walked all the way down one side of the hall

เธอเดินไปจนสุดทางด้านหนึ่งของห้องโถง

and she had walked all the way up the other side of the hall

และเธอก็เดินไปอีกด้านหนึ่งของห้องโถง

she had tried every door

เธอได้ลองทุกประตู

and she walked sadly down the middle of the hall

และเธอเดินไปกลางห้องโถงอย่างเศร้าโศก

"how am I ever going to get out again?"

"ฉันจะออกไปอีกได้อย่างไร"

Suddenly she came upon a little table
ทันใดนั้นเธอก็มาเจอโต๊ะเล็กๆ
the table was made entirely of solid glass
โต๊ะทำจากกระจกทึบทั้งหมด
There was nothing on the table but a tiny golden key
ไม่มีอะไรบนโต๊ะนอกจากกุญแจทองคำเล็กๆ
the key might belong to one of the doors!
กุญแจอาจเป็นของประตูบานใดบานหนึ่ง!
but, alas! some of the locks were too large for the keys
แต่อนิจจา! ล็อคบางตัวใหญ่เกินไปสำหรับกุญแจ
and for the other locks the key was too small
และสำหรับล็อคอื่น ๆ กุญแจก็เล็กเกินไป
but, at any rate, the key opened none of the doors
แต่ไม่ว่าในกรณีใด กุญแจก็ไม่ได้เปิดประตูใด ๆ
but what was she to do?
แต่เธอจะทำอย่างไร?
she went through the hall again
เธอเดินผ่านห้องโถงอีกครั้ง
and this time she noticed a low curtain
และคราวนี้เธอสังเกตเห็นม่านเตี้ย
behind the curtain was a little door
หลังม่านมีประตูเล็กๆ
the door was about fifteen inches high
ประตูสูงประมาณสิบห้านิ้ว
She tried the little golden key in the lock
เธอลองใช้กุญแจทองคำตัวเล็ก ๆ ในล็อค
and to her great delight, the key fit in the lock!
และเพื่อความสุขของเธออย่างยิ่งกุญแจพอดีกับล็อค!

Alice opened the door
อลิซเปิดประตู
and she found the door led into a small corridor
และเธอพบว่าประตูนำไปสู่ทางเดินเล็กๆ
the corridor was not much larger than a rat-hole
ทางเดินไม่ใหญ่กว่ารูหนูมากนัก
she knelt down and looked along the corridor
เธอคุกเข่าลงและมองไปตามทางเดิน
and she saw the loveliest garden you have ever seen
และเธอได้เห็นสวนที่น่ารักที่สุดที่คุณเคยเห็นมา
how she longed to get out of that dark hall
เธอปรารถนาที่จะออกจากห้องโถงที่มืดมิดนั้นแค่ไหน
how she wanted to wander among those bright flowers
เธอต้องการเดินไปท่ามกลางดอกไม้ที่สดใสเหล่านั้นอย่างไร
how cool refreshing those fountains looked
น้ำพุเหล่านั้นดูสดชื่นแค่ไหน
but she could not even get her head through the doorway
แต่เธอไม่สามารถแม้แต่จะสอดศีรษะของเธอผ่านทางเข้าประตู
"Oh," said Alice, mournfully
"โอ้" อลิซพูดด้วยความเศร้าโศก
"how I wish I could fold up like a telescope!"
"ฉันหวังว่าฉันจะพับได้เหมือนกล้องโทรทรรศน์!"
"I think I could fold up like a telescope"
"ฉันคิดว่าฉันสามารถพับได้เหมือนกล้องโทรทรรศน์"
"if I only knew how to begin"
"ถ้าฉันรู้วิธีเริ่มต้น"
Alice went back to the table
อลิซกลับไปที่โต๊ะ

there was the chance of finding another key

มีโอกาสที่จะพบกุญแจอื่น

or there might be a book of rules

หรืออาจมีหนังสือกฎ

the book could tell her how to fold up like a telescope

หนังสือเล่มนี้สามารถบอกเธอถึงวิธีพับเหมือนกล้องโทรทรรศน์

This time she found a little bottle

คราวนี้เธอพบขวดเล็ก ๆ

"this bottle certainly was not here before," said Alice

"ขวดนี้ไม่เคยอยู่ที่นี่มาก่อนแน่นอน" อลิซกล่าว

and tied around the neck of the bottle was a paper label

และผูกไว้ที่คอขวดเป็นฉลากกระดาษ

the label was beautifully printed in large letters

ฉลากถูกพิมพ์อย่างสวยงามด้วยตัวอักษรขนาดใหญ่

"DRINK ME"

"ดื่มฉัน"

"No, I'll look first," she said

"ไม่ ฉันจะดูก่อน" เธอกล่าว

"I'll see whether the bottle is marked as poisonous or not,"

"ฉันจะดูว่าขวดนั้นมีพิษหรือไม่"

because she never forgot the lesson about poison

เพราะเธอไม่เคยลืมบทเรียนเกี่ยวกับยาพิษ

"if a bottle is labelled poisonous, it's bound to disagree with you"

"ถ้าขวดมีป้ายกำกับว่าเป็นพิษ มันจะต้องไม่เห็นด้วยกับคุณ"

However, this bottle was not marked as poisonous

อย่างไรก็ตาม ขวดนี้ไม่ได้ทำเครื่องหมายว่าเป็นพิษ

so Alice ventured to taste the content of the bottle

อลิซจึงเสี่ยงที่จะลิ้มรสเนื้อหาในขวด
she found the liquid quite to her liking
เธอพบว่าของเหลวค่อนข้างถูกใจเธอ
the drink had a sort of mixed flavour
เครื่องดื่มมีรสชาติผสม
cherry-tart, custard, and pineapple
เชอร์รี่ทาร์ต คัสตาร์ด และสับปะรด
roast turkey, toffee, and toast with hot butter
ไก่งวงย่าง ทอฟฟี่ และขนมปังปิ้งกับเนยร้อน
and she soon finished off the bottle
และในไม่ช้าเธอก็ดื่มขวดเสร็จ
"What a curious feeling!" said Alice
"ช่างเป็นความรู้สึกที่แปลกประหลาด!" อลิซกล่าว
"I am folding up like a telescope!"
"ฉันกำลังพับเหมือนกล้องโทรทรรศน์!"
And she was folding up like a telescope indeed!
และเธอก็พับขึ้นเหมือนกล้องโทรทรรศน์จริงๆ!
She was now only ten inches high
ตอนนี้เธอสูงเพียงสิบนิ้ว
and her face brightened up at her thoughts
และใบหน้าของเธอก็สดใสขึ้นเมื่อคิด
now she was the the right size for the little door
ตอนนี้เธอมีขนาดที่เหมาะสมกับประตูเล็ก ๆ
now she could go into that lovely garden
ตอนนี้เธอสามารถเข้าไปในสวนที่สวยงามนั้นได้
soon she stopped getting smaller
ในไม่ช้าเธอก็หยุดตัวเล็กลง
she decided on going into the garden at once

เธอตัดสินใจเข้าไปในสวนทันที
but, alas for poor Alice!
แต่นิจจาสำหรับอลิซที่น่าสงสาร!
she got to the door
เธอไปถึงประตู
but she had forgotten the little golden key
แต่เธอลืมกุญแจทองคำตัวเล็ก ๆ
she went back to the table for the key
เธอกลับไปที่โต๊ะเพื่อหากุญแจ
but she found she could not reach high enough
แต่เธอพบว่าเธอไม่สามารถไปถึงสูงพอ
she could see the key quite plainly through the glass
เธอสามารถมองเห็นกุญแจได้ชัดเจนผ่านกระจก
she tried to climb up the legs of the table
เธอพยายามปีนขาโต๊ะ
but the glass was far too slippery
แต่กระจกลื่นเกินไป
eventually she tired herself out with trying
ในที่สุดเธอก็เหนื่อยล้ากับการพยายาม
and the poor little girl sat down and cried
และเด็กหญิงตัวเล็ก ๆ ที่น่าสงสารก็นั่งลงและร้องไห้
Alice spoke to herself rather sharply
อลิซพูดกับตัวเองค่อนข้างเฉียบแหลม
"Come, there's no use in crying like that!"
"มาเถอะ ไม่มีประโยชน์ที่จะร้องไห้แบบนั้น!"
"I advise you to stop right this minute!"
"ฉันแนะนำให้คุณหยุดในนาทีนี้!"
She generally gave herself very good advice

โดยทั่วไปเธอให้คำแนะนำที่ดีมากแก่ตัวเอง
though she very seldom followed her own advice
แม้ว่าเธอจะไม่ค่อยทำตามคำแนะนำของเธอเอง
and she sometimes was too harsh on herself
และบางครั้งเธอก็รุนแรงกับตัวเองเกินไป
and her words brought tears into her eyes
และคำพูดของเธอทำให้น้ำตาไหล
Soon her eye fell upon a little glass box
ไม่นานสายตาของเธอก็ตกลงไปที่กล่องแก้วเล็กๆ
the little glass box was lying under the table
กล่องแก้วเล็ก ๆ วางอยู่ใต้โต๊ะ
in the glass box was a very small cake
ในกล่องแก้วมีเค้กชิ้นเล็กมาก
on the cake some words were beautifully written
บนเค้กบางคำเขียนได้อย่างสวยงาม
the words had been marked in currants
คำถูกทำเครื่องหมายด้วยลูกเกด
"EAT ME"
"กินฉัน"
"Well, I'll eat the cake," said Alice
"เอาล่ะ ฉันจะกินเค้ก" อลิซกล่าว
"and if the cake makes me grow larger, I can reach the key"
"และถ้าเค้กทำให้ฉันโตขึ้น ฉันก็สามารถเข้าถึงกุญแจได้"
"and if the cake makes me grow smaller, I can creep under
the door"
"และถ้าเค้กทำให้ฉันเล็กลง
ฉันก็สามารถคืบคลานเข้าไปใต้ประตูได้"
"so either way I'll get into the garden"

"ไม่ว่าจะด้วยวิธีใดฉันจะเข้าไปในสวน"

"and I don't care which of the two happens!"

"และฉันไม่สนใจว่าอันไหนในสองเหตุการณ์จะเกิดขึ้น!"

She ate a little bit of the cake

เธอกินเค้กเล็กน้อย

and she anxiously spoke to herself:

และเธอพูดกับตัวเองอย่างกังวล:

"Which way? Which way?"

"ไปทางไหน? ไปทางไหน?"

and she held her hand on her head

และเธอก็เอามือของเธอไว้บนศีรษะของเธอ

she wanted to feel which way she was growing

เธอต้องการรู้สึกว่าเธอกำลังเติบโตไปทางไหน

she was quite surprised to find what had happened

เธอค่อนข้างประหลาดใจที่พบสิ่งที่เกิดขึ้น

she had remained the same size!

เธอยังคงมีขนาดเท่าเดิม!

so this time she doubled her efforts

ดังนั้นคราวนี้เธอจึงพยายามเป็นสองเท่า

and soon she finished off the whole cake

และในไม่ช้าเธอก็ทำเค้กทั้งชิ้น

The Pool of Tears
สระน้ำตา

"This is getting more and more interesting!" cried Alice
"นี่น่าสนใจมากขึ้นเรื่อย ๆ !" อลิซร้อง
You can see she was very surprised
คุณจะเห็นได้ว่าเธอประหลาดใจมาก
"I'm opening out like the largest telescope there ever was!"
"ฉันกำลังเปิดออกเหมือนกล้องโทรทรรศน์ที่ใหญ่ที่สุดเท่าที่เคยมี
มา!"
"Good-bye, feet! Oh, my poor little feet"
"ลาก่อนเท้า! โอ้ เท้าเล็ก ๆ ที่น่าสงสารของฉัน"
"I wonder who will put on your shoes for you now, dears?"
"ฉันสงสัยว่าใครจะใส่รองเท้าให้คุณตอนนี้ที่รัก"
"and I wonder who will put on your stockings?"
"และฉันสงสัยว่าใครจะใส่ถุงน่องของคุณ?"
"I shall be a great deal too far away"
"ฉันจะอยู่ไกลเกินไป"
"I won't be able trouble myself about you anymore"
"ฉันจะไม่สามารถรบกวนตัวเองเกี่ยวกับคุณได้อีกต่อไป"
Just at this moment her head struck against something
ในขณะนั้นศีรษะของเธอกระแทกกับบางสิ่งบางอย่าง
she had reached the roof of the hall
เธอไปถึงหลังคาห้องโถงแล้ว
in fact, she was now more than two meters tall
ในความเป็นจริงตอนนี้เธอสูงมากกว่าสองเมตร
and she at once took up the little golden key
และเธอก็หยิบกุญแจทองคำเล็ก ๆ ขึ้นมาทันที
and she hurried off to the garden door

และเธอรีบไปที่ประตูสวน
Poor Alice! There was not much she could do
อลิซผู้น่าสงสาร! เธอทำอะไรไม่ได้มากนัก
she laid down on one side
เธอนอนอยู่ด้านหนึ่ง
and she looked through into the garden with one eye
และเธอมองเข้าไปในสวนด้วยตาข้างเดียว
but to get through was more hopeless than ever
แต่การผ่านไปได้นั้นสิ้นหวังกว่าที่เคย
She sat down and began to cry again
เธอนั่งลงและเริ่มร้องไห้อีกครั้ง
She went on shedding gallons of tears
เธอยังคงหลั่งน้ำตาหลายแกลลอน
soon there was a large pool all around her
ในไม่ช้าก็มีสระน้ำขนาดใหญ่รอบตัวเธอ
and the water reached half-way down the hall
และน้ำก็มาถึงครึ่งทางของห้องโถง
After a time, she heard a little pattering of feet
หลังจากนั้นไม่นานเธอก็ได้ยินเสียงเท้ากระทบเล็กน้อย
she heard the feet coming from the distance
เธอได้ยินเสียงเท้ามาจากระยะไกล
and she hastily dried her eyes to see what was coming
และเธอรีบเช็ดตาให้แห้งเพื่อดูว่าจะเกิดอะไรขึ้น
It was the White Rabbit returning
มันคือกระต่ายขาวที่กลับมา
he was splendidly dressed
เขาแต่งตัวสวยงาม
he had a pair of white gloves in one hand

เขามีถุงมือสีขาวในมือข้างหนึ่ง
and he had a large feather fan in the other hand
และเขามีพัดขนนกขนาดใหญ่อยู่ในมืออีกข้างหนึ่ง
He came trotting along in a great hurry
เขาวิ่งเหยาะๆ ไปด้วยความรีบร้อน
and he muttered to himself, "Oh! the Duchess, the Duchess!"
และเขาพึมพำกับตัวเองว่า "โอ้! ดัชเชส ดัชเชส!"
"Oh! won't she be savage if I've kept her waiting!"
"โอ้! เธอจะไม่ป่าเถื่อนหรอกถ้าฉันปล่อยให้เธอรอ!"

When the Rabbit came near her, Alice spoke
เมื่อกระต่ายเข้ามาใกล้เธอ อลิซก็พูด
but she spoke in a low, timid voice
แต่เธอพูดด้วยน้ำเสียงต่ำและขี้อาย
"sir, please stop what you're doing for one moment"
"ท่าน โปรดหยุดสิ่งที่คุณกำลังทำอยู่สักครู่"

The Rabbit startled violently
กระต่ายตกใจอย่างรุนแรง
he dropped the white gloves and the feather fan
เขาทำถุงมือขาวและพัดขนนกหล่น
and he scurried away into the darkness as fast as he could
และเขาก็รีบหนีเข้าไปในความมืดให้เร็วที่สุดเท่าที่จะทำได้
Alice picked up the feather fan and gloves
อลิซหยิบพัดขนนกและถุงมือขึ้น
and she kept fanning herself while she kept talking
และเธอก็พัดตัวเองในขณะที่เธอพูดต่อไป
"Dear, dear! How strange everything is today!"
"ที่รักที่รัก! วันนี้ทุกอย่างแปลกแค่ไหน!"
"yesterday things went on just as usual"
"เมื่อวานสิ่งต่าง ๆ ดำเนินไปตามปกติ"
"Was I the same when I got up this morning?"
"ฉันเหมือนเดิมหรือเปล่าเมื่อฉันตื่นเช้านี้"
"But if I'm not the same, there is another question"
"แต่ถ้าฉันไม่เหมือนเดิม ก็มีคำถามอื่น"
"Who in the world am I?"
"ฉันเป็นใครในโลกนี้"
"Ah, that's the great puzzle!"
"อ่า นั่นคือปริศนาที่ยิ่งใหญ่!"
As she said this, she looked down at her hands
ขณะที่เธอพูดเช่นนี้ เธอก็ก้มลงมองมือของเธอ
she was wearing one of the rabbits little white gloves
เธอสวมถุงมือสีขาวกระต่ายตัวเล็ก ๆ
she hadn't noticed she put the glove on while talking
เธอไม่ได้สังเกตว่าเธอสวมถุงมือขณะพูด

"How can I have done that?" she thought

"ฉันจะทำอย่างนั้นได้อย่างไร" เธอคิด

"I must be growing small again"

"ฉันต้องตัวเล็กขึ้นอีกแล้ว"

She got up and went to the table to measure her height

เธอลุกขึ้นและไปที่โต๊ะเพื่อวัดความสูงของเธอ

she found that she was now about half a meter tall

เธอพบว่าตอนนี้เธอสูงประมาณครึ่งเมตร

and she was still shrinking rapidly

และเธอยังคงหดตัวอย่างรวดเร็ว

She soon found out what the cause of the shrinking was

ในไม่ช้าเธอก็พบว่าสาเหตุของการหดตัวคืออะไร

the feather fan was making her smaller again!

พัดขนนกทำให้เธอเล็กลงอีกครั้ง!

and she dropped the feather fan hastily

และเธอก็ทำพัดขนนกหล่นอย่างรีบร้อน

she dropped the feather fan just in time to save herself

เธอทำพัดขนนกหล่นทันเวลาเพื่อช่วยตัวเอง

had she fanned herself any longer she would have shrunk away entirely

ถ้าเธอพัดตัวเองอีกต่อไปเธอคงหดตัวไปโดยสิ้นเชิง

"That was a narrow escape!" said Alice

"นั่นเป็นการหลบหนีอย่างหวุดหวิด!" อลิซกล่าว

and she was a good deal frightened at the sudden change

และเธอก็หวาดกลัวมากกับการเปลี่ยนแปลงอย่างกะทันหัน

but she was very glad to find herself still in existence

แต่เธอดีใจมากที่พบว่าตัวเองยังคงมีอยู่

"And now, off to the garden!"

"และตอนนี้ ไปที่สวน!"

And she ran with all speed back to the little door

และเธอก็วิ่งกลับไปที่ประตูเล็ก ๆ ด้วยความเร็วทั้งหมด

but, alas! the little door was shut again

แต่อนิจจา! ประตูเล็ก ๆ ถูกปิดอีกครั้ง

and the little golden key was lying on the glass table again

และกุญแจทองคำตัวเล็ก ๆ ก็วางอยู่บนโต๊ะกระจกอีกครั้ง

"Things are worse than ever," thought the poor child

"สิ่งต่าง ๆ เลวร้ายกว่าที่เคย" เด็กที่น่าสงสารคิด

"I never was so small as this before, never!"

"ฉันไม่เคยตัวเล็กขนาดนี้มาก่อน ไม่เคย!"

As she said these words, her foot slipped

ขณะที่เธอพูดคำเหล่านี้ เท้าของเธอก็ลื่นไถล

and in another moment there was a great splash!

และในอีกชั่วขณะหนึ่งก็มีน้ำกระเด็นอย่างมาก!

she was up to her chin in salt-water

เธออยู่ในน้ำเค็มถึงคาง

Her first idea was that she had somehow fallen into the sea

ความคิดแรกของเธอคือเธอตกลงไปในทะเล

However, she soon realized what she was in

อย่างไรก็ตาม ในไม่ช้าเธอก็ตระหนักว่าเธออยู่ในอะไร

she was in a pool of tears

เธออยู่ในแอ่งน้ำตา

the tears she had wept when she was two meters tall

น้ำตาที่เธอร้องให้เมื่อเธอสูงสองเมตร

Just then she heard something
ทันใดนั้นเธอก็ได้ยินอะไรบางอย่าง
something was splashing about in the pool
มีบางอย่างกระเด็นไปมาในสระ
the splashing came from a little way off
การกระเด็นมาจากระยะไกลเล็กน้อย
and she swam nearer to see what the splashing was
และเธอก็ว่ายน้ำเข้าไปใกล้เพื่อดูว่าน้ำกระเด็นคืออะไร
she soon saw that it was only a little mouse
ในไม่ช้าเธอก็เห็นว่ามันเป็นเพียงหนูตัวน้อย
the little mouse had slipped in to the water too
หนูน้อยก็ลื่นไถลลงไปในน้ำด้วย
Alice thought to herself about the situation
อลิซคิดในใจเกี่ยวกับสถานการณ์
"Would it be of any use to speak to this mouse?"

"มันจะมีประโยชน์ไหมที่จะพูดกับหนูตัวนี้"

"Everything is so up-side-down down here"

"ทุกอย่างคว่ำลงที่นี่"

"I should think very likely this mouse can talk"

"ฉันควรคิดว่าหนูตัวนี้พูดได้"

"at any rate, there's no harm in trying"

"ไม่ว่าในกรณีใด การพยายามก็ไม่เป็นอันตราย"

So she began trying to talk to the mouse

ดังนั้นเธอจึงเริ่มพยายามพูดคุยกับหนู

"Oh Mouse, do you know the way out of this pool?"

"โอ้เมาส์ คุณรู้ทางออกจากสระน้ำนี้ไหม"

"I am very tired of swimming about here, Oh Mouse!"

"ฉันเหนื่อยมากกับการว่ายน้ำที่นี่ โอ้เมาส์!"

The mouse looked at her rather inquisitively

หนูมองเธอค่อนข้างอยากรู้อยากเห็น

the mouse seemed to wink with one of its little eyes

หนูดูเหมือนจะขยิบตาด้วยตาเล็ก ๆ ข้างหนึ่งของมัน

but the little mouse said nothing

แต่หนูน้อยไม่พูดอะไร

"Perhaps the mouse doesn't understand English," thought Alice

"บางทีหนูอาจไม่เข้าใจภาษาอังกฤษ" อลิซคิด

"I dare say it's a French mouse"

"ฉันกล้าพูดว่ามันเป็นหนูฝรั่งเศส"

"perhaps this mouse came over with William the Conqueror"

"บางทีหนูตัวนี้อาจจะมากับวิลเลียมผู้พิชิต"

So she began again, in French

ดังนั้นเธอจึงเริ่มอีกครั้งเป็นภาษาฝรั่งเศส

"Where is my cat?" she asked in French

"แมวของฉันอยู่ที่ไหน" เธอถามเป็นภาษาฝรั่งเศส

it was the first sentence in her French lesson-book

มันเป็นประโยคแรกในหนังสือบทเรียนภาษาฝรั่งเศสของเธอ

The Mouse gave a sudden leap out of the water

หนูกระโดดขึ้นจากน้ำอย่างกะทันหัน

and the mouse seemed to quiver all over with fright

และเมาส์ดูเหมือนจะสั่นสะเทือนด้วยความหวาดกลัว

"Oh, I beg your pardon!" cried Alice hastily

"โอ้ ฉันขออภัย!" อลิซร้องอย่างรีบร้อน

she was afraid that she had hurt the poor animal's feelings

เธอกลัวว่าเธอจะทำร้ายความรู้สึกของสัตว์ที่น่าสงสาร

"I quite forgot you didn't like cats"

"ฉันลืมไปแล้วว่าคุณไม่ชอบแมว"

"I don't like cats!" cried the Mouse in a shrill, passionate voice

"ฉันไม่ชอบแมว!" หนูร้องด้วยน้ำเสียงแหลมและเร่าร้อน

"Would you like cats, if you were me?"

"คุณอยากได้แมวไหมถ้าคุณเป็นฉัน"

Alice comforted the mouse in a soothing tone

อลิซปลอบโยนเมาส์ด้วยน้ำเสียงที่ผ่อนคลาย

"Well, perhaps I would not like cats if I were you either"

"บางทีฉันอาจจะไม่ชอบแมวถ้าฉันเป็นคุณเช่นกัน"

"please don't be angry about the mention of cats"

"โปรดอย่าโกรธเกี่ยวกับการกล่าวถึงแมว"

"And yet I wish I could show you our cat Dinah"

"แต่ฉันก็หวังว่าฉันจะได้แสดงให้คุณเห็นแมวของเราดีนาห์"

"if you met her I think you'd take a fancy to cats"

"ถ้าคุณพบเธอ ฉันคิดว่าคุณจะชอบแมว"
"if you could only see her"
"ถ้าคุณเห็นเธอ"
"She is such a dear, quiet thing"
"เธอเป็นคนที่รักและเงียบสงบ"
The mouse was shaking all over
หนูตัวสั่นไปทั่ว
Alice felt certain the mouse must be really offended
อลิซรู้สึกแน่ใจว่าหนูต้องขุ่นเคืองจริงๆ
"We won't talk about her any more, if you'd rather not"
"เราจะไม่พูดถึงเธออีกต่อไป ถ้าคุณไม่ต้องการ"
"We, indeed!" cried the Mouse
"เราแน่นอน!" หนูร้อง
the mouse was trembling down to the end of its tail
หนูตัวสั่นจนสุดหาง
"As if I would talk on such a subject!"
"ราวกับว่าฉันจะพูดในเรื่องแบบนี้!"
"Our family always hated cats"
"ครอบครัวเราเกลียดแมวเสมอ"
"cats; nasty, low, vulgar things!"
"แมว; สิ่งที่น่ารังเกียจ ต่ำต้อย และหยาบคาย!"
"Don't let me hear the name again!"
"อย่าให้ฉันได้ยินชื่ออีก!"
"I won't mention cats again indeed!" said Alice
"ฉันจะไม่พูดถึงแมวอีกจริงๆ!" อลิซกล่าว
she was in a great hurry to change the subject
เธอรีบเปลี่ยนเรื่องมาก
"Are you... are you fond of dogs?"

"คุณ... คุณชอบสุนัขไหม"

"There is such a nice little dog near our house,"

"มีสุนัขตัวน้อยที่น่ารักอยู่ใกล้บ้านของเรา"

"I should like to show you the little dog!"

"ฉันอยากจะพาคุณดูสุนัขตัวน้อย!"

"this little dog kills all the rats and...

"สุนัขตัวน้อยตัวนี้ฆ่าหนูทั้งหมดและ...

"oh, dear!" cried Alice in a sorrowful tone

"โอ้ ที่รัก!" อลิซร้องด้วยน้ำเสียงเศร้าโศก

"I'm afraid I've offended you again!"

"ฉันเกรงว่าฉันจะทำให้คุณขุ่นเคืองอีกแล้ว!"

the mouse was swimming away from her as fast as it could go

หนูกำลังว่ายน้ำห่างจากเธอให้เร็วที่สุดเท่าที่จะทำได้

and the mouse made quite a commotion in the pool

และหนูก็สร้างความวุ่นวายในสระ

So she called softly after the mouse

ดังนั้นเธอจึงเรียกเบา ๆ ตามหนู

"my dear mouse, please come back!"

"หนูที่รักของฉัน โปรดกลับมา!"

"and we won't talk about cats"

"และเราจะไม่พูดถึงแมว"

"and we don't have to talk about dogs either"

"และเราก็ไม่ต้องพูดถึงสุนัขด้วย"

When the mouse heard this, it turned around

เมื่อเมาส์ได้ยินเช่นนี้ มันก็หันกลับมา

and the little mouse swam slowly back to her

และหนูน้อยก็ค่อยๆ ว่ายน้ำกลับมาหาเธอ

the mouse's face was quite pale
ใบหน้าของหนูค่อนข้างซีด
and the mouse spoke, in a low, trembling voice
และหนูก็พูดด้วยเสียงต่ำและสั่นสะเทือน
"Let us get to the shore"
"เราไปฝั่งกันเถอะ"
"and then I'll tell you my history"
"แล้วฉันจะเล่าประวัติของฉันให้คุณฟัง"
"and you'll understand why it is I hate cats and dogs"
"และคุณจะเข้าใจว่าทำไมฉันถึงเกลียดแมวและสุนัข"
It had become high time to go
ถึงเวลาแล้วที่จะไป
because the pool was getting quite crowded
เพราะสระว่ายน้ำค่อนข้างแออัด
other birds and animals had fallen into the pool
นกและสัตว์อื่น ๆ ตกลงไปในสระ
there were a Duck and a Dodo
มีเป็ดและโดโด
and there was a Lory bird and an Eaglet
และมีนกลอรี่และนกอินทรี
and there were several other interesting looking creatures
และมีสิ่งมีชีวิตที่ดูน่าสนใจอีกหลายตัว
Alice led the way out the pool
อลิซนำทางออกจากสระ
and the whole party of animals swam to the shore
และสัตว์ทั้งกลุ่มก็ว่ายน้ำไปที่ชายฝั่ง

A caucus race and a long tail
การแข่งขันคอคัสและหางยาว

They were indeed a funny-looking bunch of animals
พวกมันเป็นกลุ่มสัตว์ที่ดูตลกจริงๆ
and they all assembled on the water's bank
และพวกเขาทั้งหมดก็รวมตัวกันที่ริมฝั่งน้ำ
the birds all had bedraggled feathers
นกทั้งหมดมีขนนกที่ลาก
and the furry animals were soaked through
และสัตว์ขนยาวก็เปียกโชก
and all were dripping wet, annoyed and uncomfortable
และทุกคนก็เปียก รำคาญ และอึดอัด

there was one question that had to be answered first
มีคำถามหนึ่งที่ต้องตอบก่อน
what is the best way for everyone to get dry?

วิธีที่ดีที่สุดสำหรับทุกคนในการทำให้แห้งคืออะไร?
They had a consultation about this matter
พวกเขาได้ปรึกษาหารือเกี่ยวกับเรื่องนี้
soon they were all on familiar terms
ในไม่ช้าพวกเขาก็คุ้นเคยกัน
it was as if she had known them all her life
ราวกับว่าเธอรู้จักพวกเขามาตลอดชีวิต
the mouse seemed to be a person of some authority
หนูดูเหมือนจะเป็นคนที่มีอำนาจบางอย่าง
"Sit down, all of you, and listen to me!
"นั่งลง พวกคุณทุกคน และฟังฉัน!
I'll soon make you all dry again!"
"อีกไม่นานฉันจะทำให้พวกคุณแห้งอีกครั้ง!"
They all sat down at once, in a large ring
พวกเขาทั้งหมดนั่งลงพร้อมกันในวงแหวนขนาดใหญ่
and the little mouse sat in the middle
และหนูน้อยนั่งอยู่ตรงกลาง
"Ahem!" said the mouse with an important air
"อืม!" หนูพูดด้วยอากาศที่สำคัญ
"Are you all ready?"
"พวกคุณพร้อมหรือยัง?"
"This is the driest thing I know"
"นี่คือสิ่งที่แห้งที่สุดที่ฉันรู้"
"Silence all around, if you please!"
"เงียบไปรอบ ๆ ถ้าคุณต้องการ!"
"William the Conqueror was favoured by the pope"
"วิลเลียมผู้พิชิตเป็นที่โปรดปรานของสมเด็จพระสันตะปาปา"
"but he was soon submitted to by the English"

"แต่ในไม่ช้าเขาก็ถูกอังกฤษยอมจำนน"
"they wanted leaders of late"
"พวกเขาต้องการผู้นำในช่วงหลัง"
"and they had been accustomed to power and conquest"
"และพวกเขาคุ้นเคยกับอำนาจและการพิชิต"
"Edwin and Morcar, the Earls of Mercia and Northumbria"
"เอ็ดวินและมอร์คาร์ เอิร์ลแห่งเมอร์เซียและนอร์ธัมเบรีย"
"Ugh!" said the lori bird, with a shiver
"อึม!" นกลอรีพูดด้วยตัวสั่น
"and even Stigand, the patriotic archbishop of Canterbury"
"และแม้แต่ Stigand อาร์คบิชอปผู้รักชาติแห่งแคนเทอร์เบอรี"
"he also found it advisable"
"เขายังพบว่ามันเหมาะสม"
"What did he find advisable?" said the duck
"เขาคิดว่าแนะนำอะไร" เป็ดกล่าว
"He found it advisable" the mouse replied rather crossly
"เขาพบว่ามันแนะนำ" หนูตอบค่อนข้างขวาง
but the duck was not satisfied
แต่เป็ดไม่พอใจ
"of course, you know what 'it' means"
"แน่นอน คุณรู้ว่า 'มัน' หมายถึงอะไร"
"I know what 'it' is when I find a thing," said the duck
"ฉันรู้ว่า 'มัน' คืออะไรเมื่อฉันพบสิ่งใดสิ่งหนึ่ง" เป็ดกล่าว
"it's generally a frog or a worm"
"โดยทั่วไปจะเป็นกบหรือหนอน"
"The question is, what did the archbishop find?"
"คำถามคือ อาร์คบิชอปพบอะไร"
The mouse did not notice this question

เมาส์ไม่ได้สังเกตเห็นคำถามนี้
instead, the mouse hurriedly went on with the speech
แต่หนูกลับรีบพูดต่อไป
"he found it advisable to go with Edgar Atheling"
"เขาพบว่าควรไปกับ Edgar Atheling"
"to meet William and offer him the crown"
"เพื่อพบกับวิลเลียมและถวายมงกุฏให้เขา"
the mouse continued, turning to Alice as it spoke
หนูพูดต่อ หันไปหาอลิซขณะที่มันพูด
"How are you getting on now, my dear?"
"ตอนนี้คุณเป็นอย่างไรบ้างที่รัก"
"As wet as ever," said Alice in a melancholy tone
"เปียกเหมือนเดิม" อลิซพูดด้วยน้ำเสียงเศร้าโศก
"this story doesn't seem to dry me at all"
"เรื่องนี้ดูเหมือนจะไม่ทำให้ฉันแห้งเลย"
"In that case," said the dodo solemnly, rising to its feet
"ถ้าอย่างนั้น" โดโดพูดอย่างเคร่งขรึม ลุกขึ้นยืน
"I vote that the meeting be adjourned"
"ฉันโหวตให้เลื่อนการประชุม"
"and I propose an immediate adoption of more energetic remedies"
"และฉันเสนอให้ใช้การเยียวยาที่กระฉับกระเฉงมากขึ้นทันที"
"Speak real words!" said the eaglet
"พูดคำพูดจริง!" นกอินทรีกล่าว
"I don't know the meaning of half of those long words"
"ฉันไม่รู้ความหมายของคำยาวๆ ครึ่งหนึ่ง"
"and, what's more, I don't believe you know either!"
"และยิ่งไปกว่านั้น ฉันไม่เชื่อว่าคุณรู้เช่นกัน!"

"What I was going to say," said the dodo in an offended tone
"สิ่งที่ฉันกำลังจะพูด" โดโดพูดด้วยน้ำเสียงขุ่นเคือง
"the best thing to get us dry would be a caucus-race"
"สิ่งที่ดีที่สุดที่จะทำให้เราแห้งคือการแข่งขันคอคัส"
"What is a caucus-race?" said Alice
"การแข่งขันคอคัสคืออะไร" อลิซกล่าว

"Well," said the dodo, "the best way to explain it is to do it"
"อืม" โดโดกล่าว "วิธีที่ดีที่สุดในการอธิบายคือทำ"
"First the dodo marked out a race-course"
"โดโด้แรกทำเครื่องหมายสนามแข่ง"
"the track was in a sort of circle"
"แทร็กอยู่ในวงกลม"
"and then all the party were placed along the course"
"จากนั้นปาร์ตี้ทั้งหมดก็ถูกวางไว้ตามเส้นทาง"
There was no "One, two, three and away!"

ไม่มี "หนึ่ง สอง สาม และออกไป!"
but they began running when they liked
แต่พวกเขาเริ่มวิ่งเมื่อพวกเขาชอบ
and they also finished when they liked
และพวกเขาก็จบเมื่อพวกเขาชอบ
so it was not easy to know when the race was over
ดังนั้นจึงไม่ง่ายเลยที่จะรู้ว่าการแข่งขันจบลงเมื่อใด
after half an hour or so of running they were all quite dry
หลังจากวิ่งไปครึ่งชั่วโมงหรือมากกว่านั้น พวกมันก็ค่อนข้างแห้ง
the dodo suddenly called out, "The race is over!"
จู่ๆ โดโดก็ตะโกนว่า "การแข่งขันจบลงแล้ว!"
and they all crowded around the dodo
และพวกเขาทั้งหมดก็เบียดเสียดกันรอบ ๆ โดโด
all the animals were panting and puffing
สัตว์ทุกตัวหอบและพองตัว
and they all wanted to know, "But who has won?"
และพวกเขาทุกคนอยากรู้ว่า "แต่ใครชนะ?"
This question the dodo could not immediately answer
คำถามนี้โดโดไม่สามารถตอบได้ทันที
first he had to do a great deal of thinking
ก่อนอื่นเขาต้องคิดมาก
after much thinking, the dodo finally spoke
หลังจากคิดมานาน โดโดก็พูดในที่สุด
"Everybody has won, and all must have prizes"
"ทุกคนชนะ และทุกคนต้องมีรางวัล"
"But who is to give the prizes?" asked a chorus of voices
"แต่ใครจะมอบรางวัล" เสียงร้องประสานเสียงถาม
"Well, she, of course," said the dodo

"แน่นอนว่าเธอ" โดโดกล่าว
and the dodo pointed with one finger to Alice
และ โดโดชี้ไปที่อลิซด้วยนิ้วเดียว
and the whole party of animals crowded around her
และสัตว์ทั้งกลุ่มก็เบียดเสียดกันรอบตัวเธอ
they called out, in a confused way, "Prizes! Prizes!"
พวกเขาตะโกนอย่างสับสนว่า "รางวัล! รางวัล!"
Alice had no idea what to do
อลิซไม่รู้ว่าจะทำอย่างไร
in despair she put her hand into her pocket
ด้วยความสิ้นหวังเธอเอามือเข้าไปในกระเป๋าเสื้อ
and she pulled out a box of sweets
และเธอก็หยิบกล่องขนมออกมา
luckily the salt-water had not got into the box
โชคดีที่น้ำเกลือไม่เข้าไปในกล่อง
and she handed the sweets around as prizes
และเธอก็ยื่นขนมให้เป็นรางวัล
There was exactly one piece for everyone
มีชิ้นเดียวสำหรับทุกคน
The next thing they had to do was to eat the sweets
สิ่งต่อไปที่พวกเขาต้องทำคือกินขนมหวาน
this caused some noise and confusion
สิ่งนี้ทำให้เกิดเสียงรบกวนและความสับสน
the large birds complained that they could not taste their sweets
นกตัวใหญ่บ่นว่าพวกเขาไม่สามารถลิ้มรสขนมของพวกมันได้
the small ones choked and had to be patted on the back
ตัวเล็ก ๆ สำลักและต้องตบหลัง

However, it was over at last

อย่างไรก็ตาม ในที่สุดมันก็จบลง

and they sat down again in a ring

และพวกเขาก็นั่งลงอีกครั้งในวงแหวน

and they begged the mouse to tell them something more

และพวกเขาขอร้องให้หนูบอกอะไรอีก

"You promised to tell me your history, you know," said Alice

"คุณสัญญาว่าจะบอกประวัติของคุณให้ฉันฟัง คุณรู้ไหม"

อลิซกล่าว

and she made another little remark about cats in a whisper

และเธอก็พูดเล็กๆ น้อยๆ เกี่ยวกับแมวด้วยเสียงกระซิบ

she didn't want to offend the mouse again

เธอไม่ต้องการทำให้หนูขุ่นเคืองอีก

the little mouse turned to Alice and sighed

หนูน้อยหันไปหาอลิซและถอนหายใจ

"Mine is a long and a sad tale!"

"ของฉันเป็นเรื่องราวที่ยาวและน่าเศร้า!"

"It is a long tail, certainly," said Alice

"มันเป็นหางยาวแน่นอน" อลิซกล่าว

and she looked down with wonder at the mouse's tail

และเธอมองลงมาด้วยความประหลาดใจที่หางหนู

"but why do you call it a sad tail?"

"แต่ทำไมคุณถึงเรียกมันว่าหางเศร้า"

And she kept on puzzling about it while the mouse was speaking

และเธอก็งงงวยเกี่ยวกับเรื่องนี้ในขณะที่หนูกำลังพูด

so that her idea of the tale was something like this

ดังนั้นความคิดของเธอเกี่ยวกับนิทานจึงเป็นแบบนี้

"Fury said to
a mouse, That
he met in the
house, 'Let
us both go
to law: *I*
will prosecute
you.—
Come, I'll
take no denial:
We must have
the trial;
For really
this morning
I've
nothing
to do.'
Said the
mouse to
the cur,
'Such a
trial, dear
sir, With
no jury
or judge,
would
be wasting
our
breath.'
'I'll be
judge,
I'll be
jury,'
said
cunning
old
Fury;
'I'll
try
the
whole
cause,
and
condemn
you to
death.'"

Fury said to a mouse, That he met in the house"

Fury พูดกับหนูว่า เขาพบในบ้าน"

Let us both go to law: I will prosecute you

ให้เราทั้งคู่ไปตามกฎหมาย: ฉันจะดำเนินคดีกับคุณ

Come, I'll take no denial: We must have the trial

มาเถอะ ฉันจะไม่ปฏิเสธ: เราต้องมีการพิจารณาคดี

For really this morning I've nothing to do
สำหรับจริงๆ เช้านี้ฉันไม่มีอะไรทำ
Said the mouse to the cur;
หนูพูดกับคนร้าย
Such a trial, dear sir, With no jury or judge, would be
wasting our breath
การพิจารณาคดีเช่นนี้ ไม่มีคณะลูกขุนหรือผู้พิพากษา
จะทำให้เราเสียลมหายใจ
"I'll be judge, I'll be jury," said cunning old Fury
"ฉันจะเป็นผู้พิพากษา ฉันจะเป็นคณะลูกขุน" Fury
ผู้เฒ่าเจ้าเล่ห์กล่าว
I'll try the whole cause, and condemn you to death
ฉันจะพยายามทั้งหมดและตัดสินคุณให้ตาย
the mouse spoke severely to Alice
หนูพูดกับอลิซอย่างรุนแรง
"You are not paying attention!"
"คุณไม่สนใจ!"
"What are you thinking of?"
"คุณกำลังคิดอะไรอยู่"
"I beg your pardon," said Alice very humbly
"ฉันขอโทษคุณ" อลิซพูดอย่างอ่อนน้อมถ่อมตน
"you had got to the fifth bend, I think?"
"ฉันคิดว่าคุณไปถึงโค้งที่ห้าแล้วเหรอ?"
"You insult me by talking such nonsense!"
"คุณดูถูกฉันด้วยการพูดเรื่องไร้สาระเช่นนี้!"
and the mouse got up and walked away
และหนูก็ลุกขึ้นและเดินจากไป
Alice called after the little mouse

อลิซเรียกตามหนูน้อย
"Please come back and finish your story!"
"โปรดกลับมาและจบเรื่องราวของคุณ!"
And the others all joined in chorus
และคนอื่นๆ ก็เข้าร่วมเป็นนักร้องประสานเสียง
"Yes, please do finish your story!"
"ใช่ โปรดจบเรื่องราวของคุณ!"
But the mouse only shook its head impatiently
แต่หนูส่ายหัวอย่างไม่อดทน
and the little mouse walked a little quicker
และหนูน้อยก็เดินเร็วขึ้นเล็กน้อย
"I wish I had Dinah, our cat, here!" said Alice
"ฉันหวังว่าฉันจะมีไดนาห์แมวของเราที่นี่!" อลิซกล่าว
This caused a remarkable sensation among the party
สิ่งนี้ทำให้เกิดความรู้สึกที่น่าทึ่งในหมู่พรรค
Some of the birds hurried off at once
นกบางตัวรีบออกไปทันที
and a Canary called out in a trembling voice, to its children;
และนกขมิ้นก็ร้องด้วยเสียงสั่นสะเทือนกับลูก ๆ ของมัน
"Come away, my dears!"
"ออกไปเถอะที่รัก!"
"It's high time you were all in bed!"
"ถึงเวลาแล้วที่คุณจะอยู่บนเตียง!"
with various excuses they all went away
ด้วยข้อแก้ตัวต่างๆ พวกเขาทั้งหมดก็หายไป
and Alice was soon left alone
และในไม่ช้าอลิซก็ถูกทิ้งไว้ตามลำพัง
"I wish I hadn't mentioned Dinah!"

"ฉันหวังว่าฉันจะไม่พูดถึงไดนาห์!"

"Nobody seems to like her down here"

"ดูเหมือนจะไม่มีใครชอบเธอที่นี่"

"but I'm sure she's the best cat in the world!"

"แต่ฉันแน่ใจว่าเธอเป็นแมวที่ดีที่สุดในโลก!"

Poor Alice began to cry again

อลิซผู้น่าสงสารเริ่มร้องไห้อีกครั้ง

because she felt very lonely and low-spirited

เพราะเธอรู้สึกเหงาและต่ำต้อยมาก

In a little while, however, she again heard something

อย่างไรก็ตาม ไม่นานเธอก็ได้ยินบางอย่างอีกครั้ง

a little pattering of footsteps in the distance

เสียงฝีเท้าเล็กๆ น้อยๆ ในระยะไกล

and she looked up eagerly

และเธอเงยหน้าขึ้นอย่างกระตือรือร้น

The rabbit sends in little Mr Bill
กระต่ายส่งนายบิลตัวน้อยเข้ามา

It was the white rabbit,trotting slowly back again
มันเป็นกระต่ายขาววิ่งเหยาะๆ กลับมาอย่างช้าๆ อีกครั้ง

he was looking about anxiously as he went
เขามองไปรอบ ๆ ด้วยความกังวลขณะที่เขาไป

he looked as if he had lost something
เขาดูราวกับว่าเขาสูญเสียบางสิ่งบางอย่าง

Alice heard him muttering to himself
อลิซได้ยินเขาพึมพำกับตัวเอง

"The Duchess! The Duchess! Oh, my dear paws!"
"ดัชเชส! ดัชเชส! โอ้ อุ้งเท้าที่รักของฉัน!"

"Oh, my fur and whiskers!"
"โอ้ ขนและหนวดของฉัน!"

"She'll get me executed, I'm sure of that"

"เธอจะประหารชีวิตฉัน ฉันแน่ใจในเรื่องนั้น"
"just as sure as ferrets are ferrets!"
"แน่ใจพอๆ กับคุ้ยเขี่ยเป็นคุ้ยเขี่ย!"
"Where can I have dropped my things, I wonder?"
"ฉันจะทิ้งสิ่งของของฉันได้ที่ไหน ฉันสงสัย"
Alice guessed in a moment what he was looking for
อลิซเดาได้ในชั่วขณะที่เขากำลังมองหาอะไร
he was looking for the feather fan
เขากำลังมองหาพัดขนนก
and he was looking for the pair of white gloves
และเขากำลังมองหาถุงมือสีขาวคู่หนึ่ง
so she very good-naturedly began looking for the gloves
ดังนั้นเธอจึงเริ่มมองหาถุงมืออย่างใจดี
and she looked for the feather fan too
และเธอก็มองหาพัดขนนกด้วย
but the gloves and feather fan were nowhere to be seen
แต่ถุงมือและพัดขนนกก็ไม่มีใครเห็น
everything seemed to have changed since her swim in the
pool
ทุกอย่างดูเหมือนจะเปลี่ยนไปตั้งแต่เธอว่ายน้ำในสระ
nothing was the same since she had been in the great hall
ไม่มีอะไรเหมือนเดิมตั้งแต่เธออยู่ในห้องโถงใหญ่
and the glass table had vanished
และโต๊ะกระจกก็หายไป
and the little door wasn't there either
และประตูเล็ก ๆ ก็ไม่มีเช่นกัน
Very soon the rabbit noticed Alice
ในไม่ช้ากระต่ายก็สังเกตเห็นอลิซ

he called to her in an angry tone
เขาเรียกเธอด้วยน้ำเสียงโกรธ
"Mary Ann, what are you doing out here?"
"แมรี่ แอน คุณทำอะไรอยู่ที่นี่"
"Run home this moment"
"วิ่งกลับบ้านในตอนนี้"
"and fetch me a pair of gloves and a feather fan!"
"และเอาถุงมือและพัดขนนกมาให้ฉัน!"
"and be quick about it!"
"และรีบไป!"
Alice spoke to herself as she ran off
อลิซพูดกับตัวเองขณะที่เธอวิ่งหนีไป
"He must have mistaken me for his housemaid!"
"เขาคงเข้าใจผิดว่าฉันเป็นแม่บ้านของเขา!"
"How surprised he'll be when he finds out who I am!"
"เขาจะประหลาดใจแค่ไหนเมื่อเขารู้ว่าฉันเป็นใคร!"
As she said this, she came upon a neat little house
ขณะที่เธอพูดเช่นนี้ เธอก็เจอบ้านหลังเล็ก ๆ ที่เรียบร้อย
on the door of the house was a bright brass plate
ที่ประตูบ้านมีแผ่นทองเหลืองสดใส
"W. RABBIT"
"ดับเบิลยู. แรบบิท"
She went in without knocking on the door
เธอเข้าไปโดยไม่เคาะประตู
and she hurried straight upstairs
และเธอก็รีบตรงขึ้นไปชั้นบน
she worried that she might meet the real Mary Ann
เธอกังวลว่าเธออาจจะได้พบกับแมรี่แอนตัวจริง

because then she would be turned out of the house
เพราะตอนนั้นเธอจะถูกไล่ออกจากบ้าน
and she wouldn't be able to find the feather fan and gloves
และเธอจะไม่สามารถหาพัดขนนกและถุงมือได้
Alice had found her way into a tidy little room
อลิซหาทางเข้าไปในห้องเล็ก ๆ ที่เป็นระเบียบเรียบร้อย
in the room was a table by the window
ในห้องมีโต๊ะข้างหน้าต่าง
and on the table was a feather fan
และบนโต๊ะมีพัดขนนก
and there were two or three pairs of tiny white gloves
และมีถุงมือสีขาวเล็ก ๆ สองหรือสามคู่
she picked up the feather fan and a pair of the gloves
เธอหยิบพัดขนนกและถุงมือขึ้นมา
and she was just about to leave the room
และเธอกำลังจะออกจากห้อง
but then her eyes fell upon a little bottle
แต่แล้วสายตาของเธอก็ตกลงไปที่ขวดเล็ก ๆ
She uncorked the bottle and put it to her lips
เธอเปิดจุกขวดแล้ววางไว้ที่ริมฝีปากของเธอ
"I do hope it'll make me grow large again"
"ฉันหวังว่ามันจะทำให้ฉันโตขึ้นอีกครั้ง"
"I'm tired of being such a tiny little thing!"
"ฉันเหนื่อยกับการเป็นสิ่งเล็ก ๆ น้อย ๆ เช่นนี้!"
Alice had hardly drunk half the bottle
อลิซแทบจะไม่ได้ดื่มครึ่งขวด
her head was already pressing against the ceiling
ศีรษะของเธอกดกับเพดานแล้ว

and she had to stoop down
และเธอต้องก้มลง
to save her neck from being broken
เพื่อช่วยคอของเธอไม่ให้หัก
She hastily put down the bottle
เธอรีบวางขวดลง
"That's quite enough"
"แค่นั้นก็พอแล้ว"
"I hope I don't grow anymore"
"ฉันหวังว่าฉันจะไม่เติบโตอีกต่อไป"
Alas! It was too late to wish that!
อนิจจา! มันสายเกินไปที่จะปรารถนาอย่างนั้น!
She went on growing and growing
เธอเติบโตและเติบโตต่อไป
and very soon she had to kneel down on the floor
และในไม่ช้าเธอก็ต้องคุกเข่าลงบนพื้น
and even then she went on growing
และถึงกระนั้นเธอก็เติบโตต่อไป
as a last resource she put one arm out of the window
เธอยื่นแขนข้างหนึ่งออกไปนอกหน้าต่างเพื่อเป็นทรัพยากรสุดท้าย
and she put one foot up the chimney
และเธอก็เอาเท้าข้างหนึ่งขึ้นไปบนปล่องไฟ
"Now I can do no more, whatever happens"
"ตอนนี้ฉันทำอะไรไม่ได้แล้ว ไม่ว่าจะเกิดอะไรขึ้น"
"What will become of me?"
"จะเกิดอะไรขึ้นกับฉัน?"

Alice had a spot of luck
อลิซมีจุดแห่งโชค
the little magic bottle had had its full effect
ขวดวิเศษเล็ก ๆ มีผลเต็มที่
and Alice grew no larger than she was
และอลิซก็ไม่โตกว่าเธอ
After a few minutes she heard a voice outside
หลังจากนั้นไม่กี่นาทีเธอก็ได้ยินเสียงข้างนอก
and she stopped to listen to the voice
และเธอหยุดฟังเสียงนั้น
"Mary Ann! Mary Ann!" said the voice
"แมรี่ แอนน์! แมรี่ แอน!" เสียงนั้นกล่าว
"Fetch me my gloves this moment!"
"เอาถุงมือมาให้ฉันในตอนนี้!"
Then came a little pattering of feet on the stairs

จากนั้นก็มีเสียงเท้ากระทบเล็กน้อยบนบันได
Alice knew it was the rabbit coming to look for her
อลิซรู้ว่าเป็นกระต่ายที่มาหาเธอ
and she trembled till she shook the house
และเธอตัวสั่นจนเขย่าบ้าน
she quite forgot what her proportions were
เธอลืมไปแล้วว่าสัดส่วนของเธอคืออะไร
she was a thousand times as large as the rabbit
เธอใหญ่กว่ากระต่ายพันเท่า
and she had no reason to be afraid of a rabbit
และเธอไม่มีเหตุผลที่จะกลัวกระต่าย
Presently the rabbit came up to the door
ในไม่ช้ากระต่ายก็มาที่ประตู
and the little rabbit tried to open the door
และกระต่ายน้อยพยายามเปิดประตู
the door started to open inwards
ประตูเริ่มเปิดเข้าด้านใน
but Alice's elbow was pressed hard against the door
แต่ข้อศอกของอลิซถูกกดอย่างแรงกับประตู
that attempt proved a failure
ความพยายามนั้นพิสูจน์แล้วว่าล้มเหลว
Alice heard the rabbit speak to himself
อลิซได้ยินกระต่ายพูดกับตัวเอง
"Then I'll go around and get in through the window"
"ถ้าอย่างนั้นฉันจะไปรอบ ๆ และเข้าไปทางหน้าต่าง"
"That you won't!" thought Alice
"ที่คุณจะไม่!" อลิซคิด
and she waited a little again

และเธอรออีกเล็กน้อย
soon she heard the rabbit just under the window
ในไม่ช้าเธอก็ได้ยินเสียงกระต่ายใต้หน้าต่าง
she suddenly spread out her hand
ทันใดนั้นเธอก็กางมือออก
and she made a snatch in the air
และเธอก็ฉกฉวยในอากาศ
She did not get hold of anything
เธอไม่ได้ครอบครองอะไรเลย
but she heard a little shriek and a fall
แต่เธอได้ยินเสียงกรีดร้องเล็กน้อยและล้มลง
and she heard a crash of broken glass
และเธอได้ยินเสียงกระจกแตก
perhaps the rabbit had fallen
บางทีกระต่ายอาจจะล้มลง
maybe he was in a green-house
บางทีเขาอาจอยู่ในเรือนกระจก
Next came an angry voice; the rabbit's voice
ถัดมามีเสียงโกรธ เสียงกระต่าย
"Pat, where are you?"
"แพท คุณอยู่ที่ไหน"
And then came a voice she had never heard before
แล้วเสียงที่เธอไม่เคยได้ยินมาก่อนก็ดังขึ้น
"your honour, I'm here!"
"ท่านผู้มีเกียรติ ฉันอยู่ที่นี่!"
"I'm digging for apples"
"ฉันกำลังขุดแอปเปิ้ล"
"Here! Come and help me out of this!"

"นี่! มาช่วยฉันจากเรื่องนี้!"

"Now tell me, Pat, what's that in the window?"

"ตอนนี้บอกฉันหน่อย แพท มันมีอะไรอยู่ในหน้าต่าง"

"Sure, your honour, I will tell you"

"แน่นอน ท่านผู้มีเกียรติ ฉันจะบอกคุณ"

"it's an arm that's in the window!"

"มันเป็นแขนที่อยู่ในหน้าต่าง!"

"Well, an arm has no business there"

"อืม แขนไม่มีธุระที่นั่น"

"go and take the arm away!"

"ไปเอาแขนออกไป!"

There was a long silence after this

หลังจากนั้นก็เงียบไปนาน

and Alice could only hear whispers now and then

และอลิซได้ยินเสียงกระซิบเป็นครั้งคราว

and at last she spread out her hand again

และในที่สุดเธอก็กางมือออกอีกครั้ง

and she made another snatch in the air

และเธอก็ฉกอีกครั้งในอากาศ

This time there were two little shrieks

คราวนี้มีเสียงกรีดร้องเล็กๆ สองครั้ง

and there was more sounds of broken glass

และมีเสียงกระจกแตกมากขึ้น

"I wonder what they'll do next!" thought Alice

"ฉันสงสัยว่าพวกเขาจะทำอะไรต่อไป!" อลิซคิด

"I wish they would pull me out the window"

"ฉันหวังว่าพวกเขาจะดึงฉันออกจากหน้าต่าง"

She waited for some time

เธอรอสักครู่
but for a while she didn't hear anything more
แต่ชั่วขณะหนึ่งเธอไม่ได้ยินอะไรอีก
At last came a rumbling of little wheels
ในที่สุดก็มีเสียงล้อเล็ก ๆ ดังก้อง
and there came the sound of a good many voices
และเสียงของเสียงมากมายก็ดังขึ้น
all the voices were talking together
เสียงทั้งหมดกำลังพูดคุยกัน
She could make out some of the words
เธอสามารถเข้าใจคำพูดบางคำได้
"Where's the other ladder?"
"บันไดอีกข้างอยู่ที่ไหน"
"Bill's got the other ladder"
"บิลมีบันไดอื่น"
"Bill, come here!"
"บิล มาที่นี่!"
"Will the roof bear the load?"
"หลังคาจะรับน้ำหนักได้หรือไม่"
"Who wants to go down the chimney?"
"ใครอยากลงไปในปล่องไฟ"
"Nay, I shall not! You do it!"
"ไม่ ฉันจะไม่! คุณทำมัน!"
"Here, Bill!"
"นี่ บิล!"
"The master says you've got to go down the chimney!"
"อาจารย์บอกว่าคุณต้องลงไปในปล่องไฟ!"
Alice drew her foot as far down the chimney as she could

อลิซดึงเท้าของเธอลงไปตามปล่องไฟให้ไกลที่สุดเท่าที่จะทำได้
and then she waited to see what was coming
จากนั้นเธอก็รอดูว่าจะเกิดอะไรขึ้น
she heard a little animal scratching and scrambling
เธอได้ยินเสียงสัตว์ตัวน้อยเกาและแย่งชิง
the little animal must be in the chimney
สัตว์ตัวน้อยต้องอยู่ในปล่องไฟ
then she gave one sharp kick
จากนั้นเธอก็เตะอย่างแรง
and she waited to see what would happen next
และเธอรอดูว่าจะเกิดอะไรขึ้นต่อไป
she heard a general chorus of voices
เธอได้ยินเสียงประสานเสียงทั่วไป
"There goes Bill!" they all said
"บิลไปแล้ว!" พวกเขาทั้งหมดพูด
then she heard the rabbit's voice alone
จากนั้นเธอก็ได้ยินเสียงกระต่ายเพียงลำพัง
"You by the hedge, catch him!"
"คุณข้างพุ่มไม้ จับเขา!"
there was another moment of silence
มีความเงียบสงบอีกครั้ง
and then there was another confusion of voices
แล้วก็เกิดความสับสนของเสียงอีกครั้ง
"Hold up his head, Brandy"
"ยกศีรษะขึ้นเถอะ บรั่นดี"
"be careful not to choke him"
"ระวังอย่าสำลักเขา"
"What happened to you?"

"เกิดอะไรขึ้นกับคุณ?"
Last came a little feeble, squeaking voice
สุดท้ายมีเสียงอ่อนแอและแหลมเล็กน้อย
"Well, I hardly know no more"
"ฉันแทบไม่รู้อีกแล้ว"
"thank you all, I'm better now"
"ขอบคุณทุกคน ตอนนี้ฉันดีขึ้นแล้ว"
"there is one thing I can remember"
"มีสิ่งหนึ่งที่ฉันจำได้"
"something comes at me like a train in a tunnel"
"มีบางอย่างเข้ามาหาฉันเหมือนรถไฟในอุโมงค์"
"and up I fly like a sky-rocket!"
"และฉันบินขึ้นเหมือนขวัญลอยฟ้า!"
there was a minute or two of silence
มีความเงียบสงบหนึ่งหรือสองนาที
and then they began moving about again
แล้วพวกเขาก็เริ่มเคลื่อนไหวอีกครั้ง
and Alice heard the Rabbit speak again
และอลิซได้ยินกระต่ายพูดอีกครั้ง
"A barrowful will do, to begin with"
"คนที่มีน้ำหนักมากจะทำ ตั้งแต่แรก"
"A barrowful of what?" thought Alice
"รถเข็นเต็มไปด้วยอะไร?" อลิซคิด
But she was not kept in suspense for long
แต่เธอไม่ได้ถูกเก็บไว้ในความสงสัยนาน
a shower of little pebbles came through the window
ฝนก้อนกรวดเล็ก ๆ ไหลผ่านหน้าต่าง
and some of the little pebbles hit her in the face

และก้อนกรวดเล็ก ๆ บางส่วนก็โดนหน้าเธอ
Alice was surprised about the little pebbles
อลิซประหลาดใจกับก้อนกรวดเล็กๆ
all the little pebbles were turning into cakes
ก้อนกรวดเล็ก ๆ ทั้งหมดกลายเป็นเค้ก
and a bright idea came into her head
และความคิดที่สดใสก็เข้ามาในหัวของเธอ
"I should eat one of these cakes"
"ฉันควรกินเค้กเหล่านี้สักชิ้น"
"cake is sure to make some change in my size"
"เค้กแน่ใจว่าจะเปลี่ยนขนาดของฉัน"
So she swallowed one of the cakes
เธอจึงกลืนเค้กชิ้นหนึ่ง
and she was delighted to find that she began shrinking
และเธอดีใจที่พบว่าเธอเริ่มหดตัว
soon she was small enough to get through the door
ในไม่ช้าเธอก็ตัวเล็กพอที่จะผ่านประตูได้
she ran out of the house
เธอวิ่งออกจากบ้าน
a crowd of little animals and birds were waiting outside
ฝูงสัตว์และนกตัวเล็ก ๆ รออยู่ข้างนอก
all the little birds and animals rushed at Alice
นกและสัตว์ตัวเล็ก ๆ ทั้งหมดพุ่งเข้าหาอลิซ
but she ran off as fast as she could
แต่เธอวิ่งหนีไปให้เร็วที่สุดเท่าที่จะทำได้
and soon she found herself safe in a thick wood
และในไม่ช้าเธอก็พบว่าตัวเองปลอดภัยในป่าทึบ
Alice wandered about in the woods

อลิซเดินไปมาในป่า
and she thought to herself:
และเธอคิดในใจ:
"I know what I have to do first"
"ฉันรู้ว่าฉันต้องทำอะไรก่อน"
"first I have to grow to my right size again"
"ก่อนอื่นฉันต้องเติบโตให้มีขนาดที่เหมาะสมอีกครั้ง"
"and then I have to find my way into that lovely garden"
"แล้วฉันก็ต้องหาทางเข้าไปในสวนที่น่ารักนั้น"
"I suppose I ought to eat or drink something or other"
"ฉันคิดว่าฉันควรกินหรือดื่มอะไรหรืออย่างอื่น"
"but the question is what should I eat or drink?"
"แต่คำถามคือฉันควรกินหรือดื่มอะไร"
Alice looked all around her at the flowers
อลิซมองไปรอบ ๆ เธอที่ดอกไม้
and she looked through the blades of grass
และเธอมองผ่านใบหญ้า
but she could not see anything to eat or drink
แต่เธอมองไม่เห็นอะไรให้กินหรือดื่ม
nothing looked like the right thing to eat or drink
ไม่มีอะไรดูเหมือนสิ่งที่ถูกต้องที่จะกินหรือดื่ม
There was a large mushroom growing near her
มีเห็ดขนาดใหญ่เติบโตอยู่ใกล้เธอ
the mushroom was about the same height as Alice
เห็ดมีความสูงเท่ากับอลิซ
She stretched herself up on tiptoes
เธอยืดตัวด้วยการเขย่งเท้า
and she peeped over the edge of the mushroom

และเธอก็แอบมองไปที่ขอบเห็ด

her eyes immediately met the eyes of a large blue caterpillar

ดวงตาของเธอสบตากับหนอนผีเสื้อสีน้ำเงินตัวใหญ่ทันที

the caterpillar was sitting on the top of the mushroom

หนอนผีเสื้อนั่งอยู่บนยอดเห็ด

and the caterpillar had crossed all his arms

และหนอนผีเสื้อก็ไขว้แขนทั้งหมด

and he was quietly smoking a long hookah

และเขากำลังสูบมอระกู่ยาวอย่างเงียบ ๆ

and he took not the smallest notice of anything

และเขาไม่ได้สังเกตเห็นอะไรเลยแม้แต่น้อย

and he certainly didn't pay attention to Alice

และเขาไม่ได้สนใจอลิซอย่างแน่นอน

At last the caterpillar took the hookah out of its mouth
ในที่สุดหนอนผีเสื้อก็เอามอระกู่ออกจากปากของมัน
and he addressed Alice in a languid, sleepy voice
และเขาพูดกับอลิซด้วยน้ำเสียงที่อ่อนโยนและง่วงนอน
"Who are you?" said the caterpillar
"คุณเป็นใคร" หนอนผีเสื้อพูด

Alice replied, rather shyly, "I hardly know, sir"
อลิซตอบอย่างเขินอายว่า "ฉันแทบไม่รู้เลยครับท่าน"
"just at the moment it's all a bit..."
"แค่ตอนนี้มันก็นิดหน่อย..."
"I know who I was when I got up this morning""
"ฉันรู้ว่าฉันเป็นใครเมื่อฉันตื่นเช้านี้""
"but I think I must have changed several times since then"

"แต่ฉันคิดว่าฉันคงเปลี่ยนไปหลายครั้งตั้งแต่นั้นมา"

"What do you mean by that?" said the caterpillar

"คุณหมายความว่าอย่างไร" หนอนผีเสื้อกล่าว

sternly the caterpillar asked her to explain herself

หนอนผีเสื้อขอให้เธออธิบายตัวเองอย่างเคร่งครัด

"I can't explain myself, I'm afraid, sir," said Alice

"ฉันไม่สามารถอธิบายตัวเองได้ ฉันกลัวครับท่าน" อลิซกล่าว

"because I'm not myself"

"เพราะฉันไม่ใช่ตัวของตัวเอง"

"you see, being so many different sizes in a day is very confusing"

"คุณเห็นไหม การมีหลายขนาดในหนึ่งวันนั้นสับสนมาก"

She pulled herself up and said very gravely:

เธอลุกขึ้นและพูดอย่างจริงจัง:

"I think you ought to tell me who you are, first"

"ฉันคิดว่าคุณควรบอกฉันว่าคุณเป็นใครก่อน"

"Why?" said the caterpillar

"ทำไม?" หนอนผีเสื้อพูด

Alice could not think of any good reason

อลิซคิดเหตุผลไม่ดี

and the caterpillar seemed to be in a very unpleasant state of mind

และหนอนผีเสื้อดูเหมือนจะอยู่ในสภาพจิตใจที่ไม่พึงประสงค์มาก

so she turned away

เธอจึงหันหลังไป

"Come back!" the caterpillar called after her

"กลับมา!" หนอนผีเสื้อเรียกตามเธอ

"I've something important to say!"

"ฉันมีบางอย่างสำคัญที่จะพูด!"

Alice turned and came back again

อลิซหันกลับมาอีกครั้ง

"Keep your temper," said the caterpillar

"รักษาอารมณ์ของคุณ" หนอนผีเสื้อกล่าว

"Is that all?" said Alice

"แค่นั้นเหรอ" อลิซกล่าว

and she swallowed her anger as well as she could

และเธอกลืนความโกรธของเธอให้ดีที่สุดเท่าที่จะทำได้

"No," said the caterpillar

"ไม่" หนอนผีเสื้อกล่าว

the caterpillar unfolded its arms

หนอนผีเสื้อกางแขนออก

and he took the hookah out of his mouth again

และเขาก็เอามอระกู่ออกจากปากอีกครั้ง

and he said, "So you think you're changed, do you?"

และเขาพูดว่า "คุณคิดว่าคุณเปลี่ยนไปแล้วใช่ไหม"

"I'm afraid, I am changed, sir," said Alice

"ฉันกลัว ฉันเปลี่ยนไปแล้ว" อลิซกล่าว

"I can't remember things as I used to remember them"

"ฉันจำสิ่งต่าง ๆ ไม่ได้เหมือนที่เคยจำได้"

"and I don't stay the same size for more than ten minutes!"

"และฉันไม่ได้อยู่เท่าเดิมเกินสิบนาที!"

"What size do you want to be?" asked the caterpillar

"คุณต้องการเป็นขนาดไหน" หนอนผีเสื้อถาม

"Oh, I don't particularly mind what size I am," Alice hastily replied

"โอ้ ฉันไม่สนใจว่าฉันมีขนาดเท่าไร" อลิซรีบตอบ

"I just don't like changing size so often, you know"

"ฉันแค่ไม่ชอบเปลี่ยนขนาดบ่อยนัก คุณรู้ไหม"

"I would like to be a little larger, sir"

"ฉันอยากจะใหญ่ขึ้นอีกหน่อยครับท่าน"

"if you wouldn't mind," added Alice

"ถ้าคุณไม่รังเกียจ" อลิซกล่าวเสริม

"Ten centimetres is such a wretched height to be"

"สิบเซนติเมตรเป็นความสูงที่น่าสงสารมาก"

"It is a very good height indeed!" said the caterpillar angrily

"มันเป็นความสูงที่ดีมากจริงๆ!" หนอนผีเสื้อพูดอย่างโกรธแค้น

and he reared itself upright as he spoke

และเขาก็ลุกขึ้นตัวตรงขณะที่เขาพูด

he was exactly ten centimetres high

เขาสูงสิบเซนติเมตรพอดี

In a minute or two, the caterpillar got down off the mushroom

ในหนึ่งหรือสองนาทีหนอนผีเสื้อก็ลงจากเห็ด

and he crawled away into the grass

และเขาก็คลานออกไปในพงหญ้า

as he went away, he made some little remarks

ขณะที่เขาจากไป เขาก็พูดเล็กๆ น้อยๆ

"One side will make you grow taller"

"ด้านหนึ่งจะทำให้คุณสูงขึ้น"

"and the other side will make you grow shorter"

"และอีกด้านหนึ่งจะทำให้คุณเตี้ยลง"

"One side of what?" thought Alice to herself

"ด้านใดด้านหนึ่ง?" อลิซคิดกับตัวเอง

"The other side of what?"

"อีกด้านหนึ่งของอะไร?"

"the side of the mushroom," said the caterpillar

"ด้านข้างของเห็ด" หนอนผีเสื้อกล่าว

it was as if she had asked her question aloud

ราวกับว่าเธอถามคำถามของเธอดัง ๆ

and in another moment, he was out of sight

และในอีกชั่วขณะหนึ่งเขาก็หายไปจากสายตา

Alice remained looking thoughtfully at the mushroom

อลิซยังคงมองเห็ดอย่างครุ่นคิด

she was trying to make out which were the two sides of the mushroom

เธอพยายามหาว่าเห็ดทั้งสองด้านคืออะไร

At last she stretched her arms around the mushroom

ในที่สุดเธอก็เหยียดแขนโอบเห็ด

and she broke off a bit of the edges

และเธอก็หักขอบเล็กน้อย

"And now, which side is which?" she said to herself

"แล้วตอนนี้ ฝั่งไหนเป็นฝ่ายไหน" เธอพูดกับตัวเอง

and she nibbled a little of the right-hand bit

และเธอแทะบิตขวาเล็กน้อย

The next moment she felt a violent blow underneath her chin

วินาทีถัดมาเธอรู้สึกถึงการกระแทกอย่างรุนแรงใต้คางของเธอ

her chin had struck her foot!

คางของเธอกระแทกเท้าของเธอ!

She was a good deal frightened by this very sudden change

เธอรู้สึกหวาดกลัวมากกับการเปลี่ยนแปลงอย่างกะทันหันนี้

she was shrinking very rapidly

เธอหดตัวอย่างรวดเร็ว

so she quickly ate some of the other bit of mushroom

ดังนั้นเธอจึงรีบกินเห็ดอีกเล็กน้อย

Her chin was pressed very closely against her foot

คางของเธอถูกกดทับกับเท้าของเธออย่างใกล้ชิด

there was hardly room to open her mouth

แทบไม่มีที่ว่างให้อ้าปาก

but she did at last manage to open her mouth

แต่ในที่สุดเธอก็สามารถอ้าปากได้

and she swallowed a morsel of the left-hand bit

และเธอก็กลืนเศษของบิตซ้ายมือ

"my head's been freed at last!" said Alice

"ในที่สุดหัวของฉันก็เป็นอิสระแล้ว!" อลิซกล่าว

she looked down at herself

เธอมองลงมาที่ตัวเอง

but all she could see was an immense length of neck

แต่สิ่งที่เธอเห็นคือคอยาวมหาศาล

her neck seemed to rise like a stalk

คอของเธอดูเหมือนจะยกขึ้นเหมือนก้าน

and she looked down over a sea of green leaves

และเธอมองลงไปเหนือทะเลใบไม้สีเขียว

"Where have my shoulders gotten to?"

"ไหล่ของฉันไปถึงไหนแล้ว"

"And oh, my poor hands, how is it I can't see you?"

"และ โอ้ มือที่น่าสงสารของฉัน ทำไมฉันมองไม่เห็นคุณ"

but her neck did have one benefit

แต่คอของเธอมีประโยชน์อย่างหนึ่ง

she could move her head in any direction

เธอสามารถขยับศีรษะไปในทิศทางใดก็ได้

in fact, she was just like a serpent

ในความเป็นจริงเธอก็เหมือนงู

she gracefully zigzagged her head down

เธอก้มศีรษะลงอย่างสง่างาม

and she moved her head through the trees

และเธอขยับศีรษะของเธอผ่านต้นไม้

but then she heard a sharp hiss

แต่แล้วเธอก็ได้ยินเสียงฟู่ที่แหลมคม

and she quickly pulled her head back

และเธอก็รีบดึงศีรษะของเธอกลับ

a large pigeon had flown into her face

นกพิราบตัวใหญ่บินเข้าที่ใบหน้าของเธอ

and the pigeon was violently with its wings

และนกพิราบก็มีปีกของมันอย่างรุนแรง

"Serpent!" cried the pigeon

"งู!" นกพิราบร้อง

"I'm not a serpent!" said Alice indignantly

"ฉันไม่ใช่งู!" อลิซพูดอย่างโกรธเคือง

"Leave me alone!"

"ปล่อยให้ฉันอยู่คนเดียว!"

"I've tried the roots of trees"

"ฉันได้ลองรากของต้นไม้แล้ว"

"and I've tried hedges," the pigeon went on

"และฉันได้ลองพุ่มไม้แล้ว" นกพิราบพูดต่อ

"but those serpents! There's no pleasing them!"

"แต่งูเหล่านั้น! ไม่มีอะไรทำให้พวกเขาพอใจ!"

Alice was more and more puzzled

อลิซงงมากขึ้นเรื่อยๆ

"As if it wasn't trouble enough hatching the eggs," said the pigeon

"ราวกับว่ามันไม่ลำบากพอที่จะฟักไข่" นกพิราบกล่าว

"by night and day I must look out for serpents too!"

"ทั้งกลางวันและกลางคืนฉันต้องระวังงูด้วย!"

"I had just found the highest tree in the forest"

"ฉันเพิ่งพบต้นไม้ที่สูงที่สุดในป่า"

"surely I'd be free from serpents here?"

"แน่นอนว่าฉันจะเป็นอิสระจากงูที่นี่?"

"and out comes a serpent from the sky!"

"และงูตัวหนึ่งออกมาจากท้องฟ้า!"

"But I'm not a serpent, I tell you!" said Alice

"แต่ฉันไม่ใช่งู ฉันบอกคุณ!" อลิซกล่าว

"I'm a... I'm a... I'm a little girl," she added rather doubtfully

"ฉันเป็น... ฉันเป็น... ฉันเป็นเด็กผู้หญิงตัวเล็ก"
เธอเสริมอย่างสงสัย
she had after all been going through a lot of changes
เธอผ่านการเปลี่ยนแปลงมากมาย
"You're looking for eggs," said the pigeon
"คุณกำลังตามหาไข่" นกพิราบกล่าว
"I know that for a fact"
"ฉันรู้ว่าเป็นความจริง"
"and what does it matter if you're a little girl or a serpent?"
"แล้วมันสำคัญอะไรถ้าคุณเป็นเด็กผู้หญิงตัวเล็ก ๆ หรืองู"
"It matters a good deal to me," said Alice hastily
"มันสำคัญมากสำหรับฉัน" อลิซพูดอย่างรีบร้อน
"but I'm not looking for eggs, as it happens"
"แต่ฉันไม่ได้มองหาไข่อย่างที่เกิดขึ้น"
"and I wouldn't want your eggs anyway"
"และฉันก็ไม่ต้องการไข่ของคุณอยู่ดี"
"I don't like my eggs raw"
"ฉันไม่ชอบไข่ดิบ"
"Well, be off then!" said the pigeon in a sulky tone
"เอาล่ะ ออกไป!" นกพิราบพูดด้วยน้ำเสียงบึ้ง
and the pigeon settled down again into its nest
และนกพิราบก็กลับลงสู่รังของมันอีกครั้ง
Alice crouched down among the trees as well as she could
อลิซหมอบลงท่ามกลางต้นไม้ให้ดีที่สุดเท่าที่จะทำได้
her neck kept getting entangled among the branches
คอของเธอเข้าไปพัวพันกับกิ่งไม้
every now and then she had to stop and untwist her neck
บางครั้งเธอต้องหยุดและคลายคอของเธอ

After awhile she remembered the mushroom
หลังจากนั้นไม่นานเธอก็จำเห็ดได้

she still held the pieces of mushroom in her hands
เธอยังคงถือชิ้นส่วนเห็ดไว้ในมือของเธอ

and she set to work very carefully
และเธอก็เริ่มทำงานอย่างระมัดระวัง

first she nibbled at one piece
ตอนแรกเธอแทะชิ้นเดียว

and then she nibbled at the other piece
แล้วเธอก็แทะอีกชิ้นหนึ่ง

sometimes she grew taller
บางครั้งเธอก็สูงขึ้น

and sometimes she grew shorter
และบางครั้งเธอก็เตี้ยลง

but finally she achieved her usual height
แต่ในที่สุดเธอก็มีความสูงตามปกติ

she hadn't been her own height for some time
เธอไม่ได้สูงของเธอมาระยะหนึ่งแล้ว

so everything felt strange for a while
ดังนั้นทุกอย่างจึงรู้สึกแปลก ๆ ชั่วขณะหนึ่ง

"The next thing to do is to get into that beautiful garden"
"สิ่งต่อไปที่ต้องทำคือเข้าไปในสวนที่สวยงามนั้น"

"how is that to be done, I wonder?"
"จะทำอย่างไรฉันสงสัย?"

As she said this, she came upon an open place
ขณะที่เธอพูดเช่นนี้ เธอก็มาถึงที่โล่ง

there was a little house, a bit higher than a metre
มีบ้านหลังเล็ก ๆ สูงกว่าหนึ่งเมตรเล็กน้อย

"I wonder who lives in this little house"

"ฉันสงสัยว่าใครอาศัยอยู่ในบ้านหลังเล็ก ๆ นี้"

"I certainly can't go in as big as I am"

"ฉันไม่สามารถเข้าไปใหญ่เท่าฉันได้แน่นอน"

"I would frighten them terribly!"

"ฉันจะทำให้พวกเขากลัวมาก!"

so she nibbled at the little mushroom again

ดังนั้นเธอจึงแทะเห็ดตัวเล็ก ๆ อีกครั้ง

and soon she brought herself down thirty centimetres

และในไม่ช้าเธอก็ลดตัวเองลงมาสามสิบเซนติเมตร

A pig and some pepper
หมูและพริกไทย

For a minute or two she stood looking at the house

เธอยืนมองไปที่บ้านเป็นเวลาหนึ่งหรือสองนาที

suddenly a footman came running out of the woods

ทันใดนั้นก็มีคนเดินเท้าวิ่งออกมาจากป่า

he was wearing a special livery uniform

เขาสวมเครื่องแบบพิเศษ

judging by his face only, she would have called him a fish

ตัดสินจากใบหน้าของเขาเท่านั้นเธอคงเรียกเขาว่าปลา

and he rapped loudly at the door with his knuckles

และเขาก็กระแทกประตูเสียงดังด้วยข้อนิ้วของเขา

the door was opened by another footman

ประตูถูกเปิดโดยพนักงานเดินเท้าอีกคน

this footman too was wearing a special livery

คนเดินเท้าคนนี้ก็สวมชุดพิเศษเช่นกัน

this footman had a round face and large eyes like a frog

คนเดินเท้าคนนี้มีใบหน้ากลมและดวงตาโตเหมือนกบ

The footman that looked like a fish initiated the ceremony
คนเดินเท้าที่ดูเหมือนปลาเริ่มต้นพิธี
he pulled out something from under his arm
เขาดึงบางอย่างออกมาจากใต้วงแขนของเขา
and he pulled out from under his arm an envelope
และเขาก็หยิบซองจดหมายออกมาจากใต้วงแขนของเขา
and this envelope he handed over to the other footman
และซองจดหมายนี้เขายื่นให้คนเดินอีกคน
in a ceremonious tone he told him the orders
เขาบอกคำสั่งด้วยน้ำเสียงที่สุภาพ
"This message is for the Duchess"
"ข้อความนี้ส่งถึงดัชเชส"
"An invitation from the queen to play croquet"
"คำเชิญจากราชินีให้เล่นโครเก้"
The footman that looked like a frog repeated the order
คนเดินเท้าที่ดูเหมือนกบพูดซ้ำคำสั่ง
"from the queen"
"จากราชินี"
"an invitation"
"คำเชิญ"
"for the Duchess"
"สำหรับดัชเชส"
"playing croquet"
"เล่นโครเก้"
Then they both bowed low
จากนั้นทั้งคู่ก็โค้งคำนับต่ำ
and the curls in their wigs got entangled together
และลอนผมในวิกผมของพวกเขาก็พันกัน

soon the footman that looked like a fish was gone

ในไม่ช้าคนเดินเท้าที่ดูเหมือนปลาก็หายไป

but the footman that looked like a frog was still there

แต่คนเดินเท้าที่ดูเหมือนกบยังคงอยู่ที่นั่น

he was sitting on the ground near the door

เขานั่งอยู่บนพื้นใกล้ประตู

he was staring stupidly up into the sky

เขาจ้องมองขึ้นไปบนท้องฟ้าอย่างโง่เขลา

Alice went timidly up to the door and knocked

อลิซเดินไปที่ประตูอย่างขี้อายและเคาะประตู

"There's no use in knocking," said the footman

"ไม่มีประโยชน์ที่จะเคาะ" คนเดินเท้ากล่าว

"and that is for two reasons"

"และนั่นเป็นเพราะเหตุผลสองประการ"

"First, because I'm on the same side of the door as you are"

"อย่างแรก เพราะฉันอยู่ฝั่งเดียวกับคุณ"

"secondly, because they're making so much noise inside"

"ประการที่สอง เพราะพวกเขาส่งเสียงดังมากภายใน"

"no one could possibly hear you"

"ไม่มีใครได้ยินคุณ"

And there certainly was a most extraordinary noise going on within

และแน่นอนว่ามีเสียงที่ไม่ธรรมดาที่สุดเกิดขึ้นภายใน

a constant howling and sneezing

เสียงหอนและจามอย่างต่อเนื่อง

and every now and then a sound of great crashing

และบางครั้งก็มีเสียงกระแทกอย่างรุนแรง

as if a dish or kettle had been broken to pieces

ราวกับว่าจานหรือกาต้มน้ำแตกเป็นชิ้น ๆ

"How am I to get in?" asked Alice

"ฉันจะเข้าไปได้อย่างไร" อลิซถาม

"Should you get in at all?" said the footman

"คุณควรเข้าไปเลยไหม"

"That's the first question, you know"

"นั่นคือคำถามแรก คุณรู้ไหม"

Alice opened the door and went in

อลิซเปิดประตูและเข้าไป

The door led right into a large kitchen

ประตูนำไปสู่ห้องครัวขนาดใหญ่

the kitchen was full of smoke from one end to the other

ห้องครัวเต็มไปด้วยควันจากปลายด้านหนึ่งไปอีกด้านหนึ่ง

in the middle of the kitchen was the Duchess

กลางห้องครัวคือดัชเชส

she was sitting on a three-legged stool

เธอนั่งอยู่บนเก้าอี้สามขา

and she was nursing a baby

และเธอกำลังให้นมทารก

the cook was leaning over the fire

พ่อครัวกำลังโน้มตัวอยู่เหนือกองไฟ

he was stirring a large caldron

เขากำลังกวนหม้อไฟขนาดใหญ่

and the caldron seemed to be full of soup

และหม้อไฟดูเหมือนจะเต็มไปด้วยซุป

"There's certainly too much pepper in that soup!" Alice said
to herself

"ซุปนั้นมีพริกไทยมากเกินไปแน่นอน!" อลิซพูดกับตัวเอง

she said it as best she could without sneezing
เธอพูดอย่างดีที่สุดโดยไม่ต้องจาม
Even the Duchess sneezed occasionally
แม้แต่ดัชเชสก็จามเป็นครั้งคราว
but the baby's actions were the most noteworthy
แต่การกระทำของทารกนั้นน่าสังเกตที่สุด
the baby was sneezing and howling alternately
ทารกจามและหอนสลับกัน
there was not a moment's pause between howling and sneezing
ไม่มีการหยุดชั่วคราวระหว่างการหอนและการจาม
There were two creatures in the kitchen that did not sneeze
มีสิ่งมีชีวิตสองตัวในครัวที่ไม่จาม
the cook was too busy to sneeze
พ่อครัวยุ่งเกินกว่าจะจาม
and the large cat did not seem to mind the pepper
และแมวตัวใหญ่ดูเหมือนจะไม่รังเกียจพริกไทย
instead, the large cat was grinning from ear to ear
แมวตัวใหญ่กลับยิ้มจากหูถึงหู
"Please would you tell me," said Alice, a little timidly
"ช่วยบอกฉันหน่อยได้ไหม" อลิซพูดอย่างขี้อายเล็กน้อย
"why is your cat grinning like that?"
"ทำไมแมวของคุณถึงยิ้มแบบนั้น"
"It's a Cheshire-Cat," said the Duchess
"มันเป็นแมวเชเชียร์" ดัชเชสกล่าว
"and that's why he's grinning from ear to ear"
"และนั่นเป็นเหตุผลที่เขายิ้มจากหูถึงหู"
"I didn't know that a Cheshire-Cat always grinned"

"ฉันไม่รู้ว่าแมวเชเชียร์ยิ้มเสมอ"

"in fact, I didn't know that cats could grin," said Alice

"อันที่จริง ฉันไม่รู้ว่าแมวสามารถยิ้มได้" อลิซกล่าว

"there is much you don't know," said the Duchess

"มีหลายอย่างที่คุณไม่รู้" ดัชเชสกล่าว

"there is much you don't know and that's a fact"

"มีหลายสิ่งที่คุณไม่รู้และนั่นคือความจริง"

Just then the cook took the caldron of soup off the fire

จากนั้นพ่อครัวก็เอาหม้อซุปออกจากกองไฟ

and at once she started throwing everything within her reach

และทันทีที่เธอเริ่มโยนทุกอย่างให้เอื้อมถึง

she threw everything she could at the Duchess and the babe

เธอโยนทุกอย่างที่เธอทำได้ใส่ดัชเชสและทารก

first she threw the fire-irons

ก่อนอื่นเธอขว้างเตารีดไฟ

then she threw a handful of saucepans

จากนั้นเธอก็โยนกระทะหนึ่งกำมือ

and finally she threw the plates and dishes

และในที่สุดเธอก็โยนจานและจาน

The Duchess took no notice of her

ดัชเชสไม่สนใจเธอ

even when she was hit by a plate she did not worry

แม้เธอจะถูกจานกระแทก เธอก็ไม่กังวล

the baby was already howling so much

ทารกหอนมากแล้ว

so it was impossible to say whether the blows hurt the baby
or not

ดังนั้นจึงเป็นไปไม่ได้ที่จะบอกว่าการกระแทกนั้นทำร้ายทารกหรี

อไม่
"Oh, please mind what you're doing!" cried Alice
"โอ้ โปรดระวังสิ่งที่คุณกำลังทำอยู่!" อลิซร้อง
and she jumped up and down in an agony of terror
และเธอกระโดดขึ้นลงด้วยความเจ็บปวดด้วยความหวาดกลัว
the Duchess offered Alice the baby
ดัชเชสเสนอทารกให้อลิซ
"Here! You may nurse the baby a bit, if you like!"
"นี่! คุณสามารถให้นมทารกสักหน่อยได้ถ้าคุณต้องการ!"
and she flung the baby at her as she spoke
และเธอก็ขว้างทารกใส่เธอขณะที่เธอพูด
"I must go and get ready to play croquet with the queen"
"ฉันต้องไปเตรียมพร้อมที่จะเล่นโครเก้กับราชินี"
and she hurried out of the room
และเธอก็รีบออกจากห้อง
Alice caught the baby with some difficulty
อลิซจับทารกได้ด้วยความยากลำบาก
because it was a very odd-shaped little creature
เพราะมันเป็นสิ่งมีชีวิตตัวเล็ก ๆ ที่มีรูปร่างแปลกมาก
and the baby held out its arms and legs in all directions
และทารกก็ยื่นแขนและขาไปทุกทิศทาง
"I better take this child away with me," thought Alice
"ฉันควรพาเด็กคนนี้ไปกับฉันดีกว่า" อลิซคิด
"they're sure to kill this baby in a day or two"
"พวกเขาจะต้องฆ่าทารกคนนี้ในหนึ่งหรือสองวัน"
"Wouldn't it be murder to leave this baby behind?"
"การทิ้งทารกคนนี้ไว้เบื้องหลังจะไม่เป็นการฆาตกรรมเหรอ"
She said the last words out loud

เธอพูดคำสุดท้ายออกมาดัง ๆ
and the little thing grunted in reply
และสิ่งเล็ก ๆ น้อย ๆ ก็คำรามตอบ
"you best not turn into a pig, my dear," said Alice
"คุณไม่ควรกลายเป็นหมูที่รัก" อลิซกล่าว
"or else I'll have nothing more to do with you"
"ไม่งั้นฉันจะไม่มีอะไรกับคุณอีกแล้ว"
Alice was just beginning to think to herself:
อลิซเพิ่งเริ่มคิดในใจ:
"Now, what am I to do with this creature, when I get it
home?"
"ตอนนี้ ฉันจะทำอย่างไรกับสิ่งมีชีวิตตัวนี้ เมื่อฉันได้มันกลับบ้าน"
but then the little creature grunted a little violently
แต่แล้วสิ่งมีชีวิตตัวเล็ก ๆ ก็คำรามอย่างรุนแรงเล็กน้อย
and Alice looked down into its face in some alarm
และอลิซก็ก้มลงมองหน้ามันด้วยความตื่นตระหนก
This time there could be no mistake about it
คราวนี้คงไม่มีความผิดพลาดเกี่ยวกับเรื่องนี้
it was neither more nor less than a pig
มันไม่มากหรือน้อยไปกว่าหมู
so she set the little creature down
ดังนั้นเธอจึงวางสิ่งมีชีวิตตัวเล็ก ๆ ลง
and the little creature trot away quietly into the wood
และสิ่งมีชีวิตตัวเล็ก ๆ ก็วิ่งเหยาะๆ เข้าไปในป่าอย่างเงียบ ๆ
Alice felt quite relieved to see the creature go
อลิซรู้สึกโล่งใจมากที่ได้เห็นสิ่งมีชีวิตนั้นจากไป
Alice was a little startled by seeing the Cheshire-Cat
อลิซตกใจเล็กน้อยเมื่อเห็นแมวเชเชียร์

it was sitting on a bough of a tree a few yards off

มันนั่งอยู่บนกิ่งไม้ที่ห่างออกไปไม่กี่หลา

The cat only grinned when it saw her

แมวยิ้มเมื่อเห็นเธอ

"Cheshire-cat," began Alice, rather timidly

"แมวเชเชียร์" อลิซเริ่มค่อนข้างขี้อาย

"would you please tell me which way I ought to go from here?"

"คุณช่วยบอกฉันหน่อยได้ไหมว่าฉันควรไปทางไหนจากที่นี่"

"In that direction," the cat said

"ในทิศทางนั้น" แมวพูด

and it waved the right paw around

และมันโบกอุ้งเท้าขวาไปรอบ ๆ

"In that direction lives a maker of hats"

"ในทิศทางนั้นมีช่างทำหมวกอาศัยอยู่"

and then the cat waved its other paw

จากนั้นแมวก็โบกอุ้งเท้าอีกข้าง

"and in that direction lives a march hare"

"และกระต่ายเดินขบวนอาศัยอยู่ในทิศทางนั้น"

"Visit either you like; they're both mad"

"เยี่ยมชมอย่างที่คุณชอบ พวกเขาทั้งคู่บ้า"

"But I don't want to go among mad people," Alice remarked

"แต่ฉันไม่อยากไปท่ามกลางคนบ้า" อลิซกล่าว

"Oh, you can't help that," said the Cat

"โอ้ คุณช่วยไม่ได้" แมวพูด

"we're all mad here"

"เราทุกคนบ้าที่นี่"

"are you playing croquet with the queen today?"

"วันนี้คุณเล่นโครเก้กับราชินีหรือเปล่า"

"I would like to very much," said Alice

"ฉันอยากมาก" อลิซกล่าว

"but I haven't been invited yet"

"แต่ฉันยังไม่ได้รับเชิญ"

"You'll see me there," said the Cat

"คุณจะเห็นฉันที่นั่น" แมวพูด

and from one moment to the next the cat vanished

และจากช่วงเวลาหนึ่งไปอีกช่วงเวลาหนึ่งแมวก็หายไป

soon Alice got in sight of the house of the march hare

ในไม่ช้าอลิซก็มองเห็นบ้านของกระต่ายเดินขบวน

this was a very large house

นี่เป็นบ้านหลังใหญ่มาก

so Alice did not want to go near the house

อลิซจึงไม่อยากเข้าใกล้บ้าน

first she had to nibble some more of the left side bit of mushroom

ก่อนอื่นเธอต้องแทะเห็ดด้านซ้ายอีก

a mad tea-party
ปาร์ตี้น้ำชาที่บ้าคลั่ง

In front of the house there was a tree
หน้าบ้านมีต้นไม้
and under the tree there was a table
และใต้ต้นไม้มีโต๊ะ
and the table was set with all sorts of cutlery
และโต๊ะก็ถูกจัดวางด้วยช้อนส้อมทุกประเภท
the march hare and the hat maker were at the table
กระต่ายเดินขบวนและช่างทำหมวกอยู่ที่โต๊ะ
and together they were having tea
และพวกเขากำลังดื่มชาด้วยกัน
a dormouse was sitting between them
ดอร์เมาส์นั่งอยู่ระหว่างพวกเขา
and the dormouse was fast asleep
และหนูนอนก็หลับสนิท
The table was of extraordinary size
โต๊ะมีขนาดพิเศษ
but most of the table was unoccupied
แต่โต๊ะส่วนใหญ่ว่างเปล่า
they sat crowded together at one corner of the table
พวกเขานั่งเบียดเสียดกันที่มุมหนึ่งของโต๊ะ
and yet they made excuses when they saw Alice
แต่พวกเขาก็แก้ตัวเมื่อเห็นอลิซ
"No room! No room!" they cried out
"ไม่มีห้อง! ไม่มีห้อง!" พวกเขาตะโกน
"There's plenty of room!" said Alice indignantly
"มีที่ว่างมากมาย!" อลิซพูดอย่างโกรธเคือง

at one end of the table there was a large arm-chair
ที่ปลายด้านหนึ่งของโต๊ะมีเก้าอี้เท้าแขนขนาดใหญ่
and Alice sat herself in the armchair
และอลิซก็นั่งบนเก้าอี้เท้าแขน
the hat maker opened his eyes very wide
ช่างทำหมวกลืมตากว้างมาก
he couldn't believe what he was seeing
เขาไม่อยากจะเชื่อในสิ่งที่เขาเห็น
but his mind was curious about other things
แต่จิตใจของเขาอยากรู้อยากเห็นเกี่ยวกับสิ่งอื่น ๆ
"Why is a raven like a writing-desk?"
"ทำไมอีกาถึงเหมือนโต๊ะเขียนหนังสือ?"
Alice was open to the challenge
อลิซเปิดรับความท้าทาย
"I'm glad they've begun asking riddles"
"ฉันดีใจที่พวกเขาเริ่มถามปริศนา"
"I believe I can guess that," she added aloud
"ฉันเชื่อว่าฉันเดาได้" เธอเสริมดัง ๆ
The march hare grew curious about Alice
กระต่ายเดินขบวนเริ่มอยากรู้เกี่ยวกับอลิซ
"Do you really think you can find the answer?"
"คุณคิดว่าคุณจะพบคำตอบได้จริงหรือ"
"I think I can find the answer indeed," said Alice
"ฉันคิดว่าฉันสามารถหาคำตอบได้จริงๆ" อลิซกล่าว
"Then you should say what you mean," the march hare went
on
"ถ้าอย่างนั้นคุณควรพูดว่าคุณหมายถึงอะไร"
กระต่ายเดินขบวนดำเนินต่อไป

"I do say what I mean," Alice hastily replied
"ฉันพูดในสิ่งที่ฉันหมายถึง" อลิซรีบตอบ
"at the very least I mean what I say"
"อย่างน้อยที่สุดฉันหมายถึงสิ่งที่ฉันพูด"
"that's the same thing, you know"
"นั่นก็เหมือนกัน คุณรู้ไหม"
the dormouse also contributed to the conversation
ดอร์เมาส์ก็มีส่วนในการสนทนาเช่นกัน
but the dormouse seemed to be talking in its sleep
แต่หนูนอนดูเหมือนจะพูดขณะหลับใหล
"I breathe when I sleep"
"ฉันหายใจเมื่อฉันนอนหลับ"
"I sleep when I breathe!"
"ฉันนอนหลับเมื่อหายใจ!"
"you might as well say they are the same too"
"คุณอาจจะบอกว่าพวกเขาเหมือนกัน"
"It is the same thing with you," said the hat maker
"มันก็เหมือนกันกับคุณ" ช่างทำหมวกกล่าว
and he poured a little tea on the dormouse's nose
และเขาก็เทชาเล็กน้อยลงบนจมูกของดอร์เมาส์
The Dormouse shook its head impatiently
ดอร์เมาส์ส่ายหัวอย่างไม่อดทน
and again the dormouse spoke, without opening its eyes
และหนูหลังพูดอีกครั้ง โดยไม่ลืมตา
"Of course, of course it is the same"
"แน่นอน แน่นอนว่ามันเหมือนกัน"
"that's just what I was going to say myself"
"นั่นคือสิ่งที่ฉันจะพูดด้วยตัวเอง"

The hat maker turned to Alice and asked another question
ช่างทำหมวกหันไปหาลิซและถามคำถามอื่น
"Have you guessed the riddle yet?"
"คุณเดาปริศนาแล้วหรือยัง"
"No, I give up," Alice conceded
"ไม่ ฉันยอมแพ้" อลิซยอมรับ
"What's the answer?" she wanted to know
"คำตอบคืออะไร" เธออยากรู้
"I haven't the slightest idea," said the hat maker
"ฉันไม่มีความคิดแม้แต่น้อย" ช่างทำหมวกกล่าว
"Nor do I know," said the march hare
"ฉันไม่รู้" กระต่ายเดินขบวนกล่าว
Alice gave a weary sigh
อลิซถอนหายใจอย่างเหนื่อยล้า

"there are better uses of time than riddles without answers"
"มีการใช้เวลาที่ดีกว่าปริศนาที่ไม่มีคำตอบ"

"have some more tea," the march hare said to Alice, very earnestly
"ดื่มชาอีกสักหน่อย" กระต่ายเดินขบวนพูดกับอลิซอย่างจริงจัง

Alice was quite offended by the offer
อลิซค่อนข้างขุ่นเคืองกับข้อเสนอนี้

"I've had not had tea yet," Alice replied
"ฉันยังไม่ได้ดื่มชา" อลิซตอบ

"therefore I can't have any more tea"
"ดังนั้นฉันจึงไม่สามารถดื่มชาได้อีกต่อไป"

"You mean you can't have less tea," said the hat maker
"คุณหมายความว่าคุณไม่สามารถดื่มชาน้อยลงได้"
ช่างทำหมวกกล่าว

"it's very easy to take more than nothing"
"มันง่ายมากที่จะรับมากกว่าไม่มีอะไรเลย"

At this, Alice got up and walked off
เมื่อถึงจุดนี้ อลิซก็ลุกขึ้นและเดินออกไป

The dormouse fell asleep instantly
หนูนอนหลับทันที

and neither of the others took the least notice of her going
และไม่มีใครสังเกตเห็นว่าเธอไป

though she looked back once or twice
แม้ว่าเธอจะมองย้อนกลับไปหนึ่งหรือสองครั้ง

they were trying to put the dormouse into the tea-pot
พวกเขาพยายามใส่หนูนอนลงในกาน้ำชา

"At any rate, I'll never go there again!" said Alice
"ยังไงก็ตาม ฉันจะไม่ไปที่นั่นอีก!" อลิซกล่าว

and she walked her way through the woods
และเธอเดินผ่านป่า
"that was the stupidest tea-party I've ever been to"
"นั่นเป็นงานเลี้ยงน้ำชาที่โง่ที่สุดที่ฉันเคยไป"
Just as she said this, she noticed something
ขณะที่เธอพูดแบบนี้ เธอก็สังเกตเห็นบางอย่าง
one of the trees had a door leading right into it
ต้นไม้ต้นหนึ่งมีประตูที่นำไปสู่มัน
"That's very interesting!" she thought
"น่าสนใจมาก!" เธอคิด
"I think I may as well go through the door"
"ฉันคิดว่าฉันอาจจะผ่านประตูไปได้ดีกว่า"
And through the door she went
และเธอก็เดินผ่านประตูไป
Once more she found herself in the long hall
อีกครั้งที่เธอพบว่าตัวเองอยู่ในห้องโถงยาว
again she was close to the little glass table
เธออยู่ใกล้กับโต๊ะกระจกเล็กๆ อีกครั้ง
she took the little golden key
เธอหยิบกุญแจทองคำตัวเล็ก ๆ
and she unlocked the door that led into the garden
และเธอก็ปลดล็อกประตูที่นำไปสู่สวน
Then she set to work nibbling at the mushroom
จากนั้นเธอก็เริ่มทำงานแทะเห็ด
she had kept a piece of the mushroom in her pocket
เธอเก็บเห็ดชิ้นหนึ่งไว้ในกระเป๋าเสื้อของเธอ
and finally she was about a metre tall
และในที่สุดเธอก็สูงประมาณหนึ่งเมตร

then she walked down the little corridor

จากนั้นเธอก็เดินไปตามทางเดินเล็กๆ

and then she finally found herself in the beautiful garden

และในที่สุดเธอก็พบว่าตัวเองอยู่ในสวนที่สวยงาม

and she was among the bright flower and the cool fountains

และเธออยู่ท่ามกลางดอกไม้ที่สดใสและน้ำพุเย็น

The queen's croquet ground
สนามโครเก้ของราชินี

A large rose-tree stood near the entrance of the garden

ต้นกุหลาบขนาดใหญ่ตั้งตระหง่านอยู่ใกล้ทางเข้าสวน

the roses growing on the tree were white

กุหลาบที่เติบโตบนต้นไม้เป็นสีขาว

but there were three gardeners painting the rose

แต่มีชาวสวนสามคนที่วาดดอกกุหลาบ

they were busily painting the roses red

พวกเขากำลังยุ่งอยู่กับการทาสีดอกกุหลาบเป็นสีแดง

and Alice was watching them paint the roses red

และอลิซกำลังเฝ้าดูพวกเขาทาสีกุหลาบเป็นสีแดง

and suddenly their eyes chanced to fall upon Alice

ทันใดนั้นสายตาของพวกเขาก็ตกลงมาที่อลิซ

Alice spoke a little timidly

อลิซพูดอย่างขี้อายเล็กน้อย

"Would you tell me, please;"

"ช่วยบอกฉันได้ไหม"

"why are you all painting those roses?"

"ทำไมพวกคุณถึงวาดดอกกุหลาบเหล่านั้น"

five and seven said nothing, but looked at two

ห้าและเจ็ดไม่พูดอะไร แต่มองไปที่สอง

two spoke, in a low voice

สองคนพูดด้วยเสียงต่ำ

"Why, the fact is, you see, madam"

"ทำไม ความจริงก็คือ คุณเห็นไหม มาดาม"

"this here ought to have been a red rose-tree"

"ที่นี่น่าจะเป็นต้นกุหลาบสีแดง"

"and we put a white rose-tree in by mistake"
"และเราใส่ต้นกุหลาบสีขาวโดยไม่ได้ตั้งใจ"

"as you would agree, the queen must not find out"
"อย่างที่คุณเห็นด้วย ราชินีต้องไม่รู้"

"else we would all have our heads cut off"
"ไม่เช่นนั้นเราทุกคนจะถูกตัดศีรษะ"

"So you see, madam, we're doing our best"
"คุณเห็นไหม คุณหญิง เรากำลังพยายามอย่างเต็มที่"

card five had been anxiously looking across the garden
การ์ดที่ห้ามองข้ามสวนอย่างกังวล

At this moment card five called out, "The queen! The queen!"
ในขณะนี้ไพ่ที่ห้าตะโกนว่า "ราชินี! ราชินี!"

and the three gardeners instantly scurried away
และชาวสวนทั้งสามก็รีบหนีไปทันที

and they threw themselves flat upon their faces
และพวกเขาก็ทรุดตัวลงบนใบหน้าของพวกเขา

There was a sound of many footsteps
มีเสียงฝีเท้ามากมาย

Alice looked around, eager to see the queen
อลิซมองไปรอบ ๆ กระตือรือร้นที่จะเห็นราชินี

At the start of the procession were ten soldiers
ในตอนเริ่มต้นของขบวนมีทหารสิบคน

their hands and feet were in the corners
มือและเท้าของพวกเขาอยู่ที่มุม

and in their hands and feet were clubs
และในมือและเท้าของพวกเขามีกระบอง

next came the ten courtiers

ถัดมาคือข้าราชบริพารทั้งสิบคน
the courtiers were ornamented all over with diamonds
ข้าราชบริพารประดับประดาด้วยเพชร
After the courtiers came the royal children
หลังจากข้าราชบริพารมา
there were ten of the royal children
มีบุตรราชวงศ์สิบคน
and all the royal children were ornamented with hearts
และบุตรราชวงศ์ทุกคนประดับประดาด้วยหัวใจ
Next came the guests; mostly kings and queens
ถัดมาคือแขก ส่วนใหญ่เป็นกษัตริย์และราชินี
and among the kings and queen Alice saw someone
และท่ามกลางกษัตริย์และราชินีอลิซเห็นใครบางคน
she saw again the white rabbit she had chased
เธอเห็นกระต่ายขาวที่เธอไล่ตามอีกครั้ง
The procession was followed the knave of hearts
ขบวนเดินตามมีดแห่งหัวใจ
he was carrying the king's crown
เขาถือมงกุฎของกษัตริย์
and the king's crown was on a crimson velvet cushion
และมงกุฎของกษัตริย์อยู่บนเบาะกำมะหยี่สีแดงเข้ม
and then came the end of this grand procession
และแล้วก็สิ้นสุดขบวนแห่ที่ยิ่งใหญ่นี้
and there at the end were the king and queen of hearts
และในตอนท้ายก็มีกษัตริย์และราชินีแห่งหัวใจ
the procession came opposite to Alice
ขบวนมาตรงข้ามกับอลิซ
and they all stopped and looked at her

และพวกเขาทั้งหมดก็หยุดและมองไปที่เธอ
and the queen said severely, "Who is this?"
ราชินีตรัสอย่างหนักแน่นว่า "นี่คือใคร?"
She said it to the Knave of Hearts
เธอพูดกับคนาฟแห่งหัวใจ
but he just bowed and smiled in reply
แต่เขาแค่โค้งคำนับและยิ้มตอบ
Alice spoke very politely
อลิซพูดอย่างสุภาพมาก
"My name is Alice, so please your majesty"
"ฉันชื่ออลิซ ดังนั้นโปรดพระบาทสมเด็จพระเจ้าอยู่หัว"
but she had other thoughts to herself
แต่เธอมีความคิดอื่นกับตัวเอง
"they're only a pack of cards, after all!"
"ท้ายที่สุดแล้วมันเป็นเพียงแพ็คการ์ด!"
"Can you play croquet?" shouted the queen
"คุณเล่นโครเก้ได้ไหม" ราชินีตะโกน
The question was evidently meant for Alice
เห็นได้ชัดว่าคำถามนี้มีไว้สำหรับอลิซ
"Yes!" said Alice loudly
"ใช่!" อลิซพูดเสียงดัง
"Come play then!" roared the queen
"มาเล่นเถอะ!" ราชินีคำราม
a timid voice spoke to Alice
เสียงขี้อายพูดกับอลิซ
"it's a very fine day!"
"มันเป็นวันที่อากาศดีมาก!"
She was walking by the white rabbit

เธอกำลังเดินผ่านกระต่ายขาว
and the White Rabbit was peeping anxiously into her face
และกระต่ายขาวก็แอบมองเข้าไปในใบหน้าของเธออย่างกังวล
"a very fine day indeed," confirmed Alice
"เป็นวันที่อากาศดีมากจริงๆ" อลิซยืนยัน
"Where's the duchess?"
"ดัชเชสอยู่ที่ไหน"
"Hush! Hush!" said the Rabbit
"เงียบ! เงียบ!" กระต่ายกล่าว
"She's under sentence of execution"
"เธออยู่ภายใต้โทษประหารชีวิต"
"What is she being executed for?" asked Alice
"เธอถูกประหารชีวิตเพื่ออะไร" อลิซถาม
"She scuffed the queen's ears," the rabbit began
"เธอขูดหูของราชินี" กระต่ายเริ่ม
the queen shouted in a voice of thunder
ราชินีตะโกนด้วยเสียงฟ้าร้อง
"Get to your places!"
"ไปที่ของคุณ!"
and people began running about in all directions
และผู้คนก็เริ่มวิ่งไปทั่วทุกทิศทาง
and they all tumbled up against each other
และพวกเขาทั้งหมดก็ล้มลงชนกัน
However, they got settled down in a minute or two
อย่างไรก็ตาม พวกเขาก็สงบลงภายในหนึ่งหรือสองนาที
and then the game began
และจากนั้นเกมก็เริ่มขึ้น
Alice had never seen such a curious croquet ground

อลิซไม่เคยเห็นสนามโครเก้ที่แปลกประหลาดขนาดนี้มาก่อน
the grass was all ridges and furrows
หญ้าเป็นสันเขาและร่องทั้งหมด
The croquet balls were real hedgehogs
ลูกโครเก้เป็นเม่นจริง
and the mallets were real flamingos
และค้อนเป็นนกฟลามิงโกจริง
and the soldiers stood on their hands and feet
ทหารก็ยืนด้วยมือและเท้าของพวกเขา
because the arches was made from their bodies
เพราะซุ้มประตูถูกสร้างขึ้นจากร่างกายของพวกเขา
The players all played at once
ผู้เล่นทั้งหมดเล่นพร้อมกัน
nobody waited for their turns
ไม่มีใครรอคิว
and everyone quarrelled with everyone
และทุกคนทะเลาะกับทุกคน
and all were fighting for the hedgehogs
และทุกคนกำลังต่อสู้เพื่อเม่น
soon the queen was in a furious passion
ในไม่ช้าราชินีก็อยู่ในความหลงใหลที่โกรธแค้น
and she started stamping about and shouting
และเธอก็เริ่มกระทืบและตะโกน
"Chop off his head!"
"ตัดหัวเขา!"
"Chop off her head!"
"ตัดหัวเธอ!"
"Chop all their heads off!"

"ตัดหัวของพวกเขาออกทั้งหมด!"
Again Alice thought to herself
อลิซคิดในใจอีกครั้ง
"They're dreadfully fond of beheading people here"
"พวกเขาชอบตัดศีรษะคนที่นี่อย่างน่ากลัว"
"the great wonder is that there's anyone left alive!"
"สิ่งมหัศจรรย์ที่ยิ่งใหญ่คือมีใครก็ตามที่เหลืออยู่!"
She was looking about for some way of escape
เธอกำลังมองหาทางหลบหนี
she noticed a curious appearance in the air
เธอสังเกตเห็นรูปลักษณ์ที่น่าสงสัยในอากาศ
"It's the Cheshire-cat," she said to herself
"มันคือแมวเชชเชียร์" เธอพูดกับตัวเอง
"now I shall have somebody to talk to"
"ตอนนี้ฉันจะมีใครสักคนคุยด้วย"
"How are you getting on?" said the cat
"คุณเป็นอย่างไรบ้าง" แมวพูด
"I don't think they play at all fairly," Alice said
"ฉันไม่คิดว่าพวกเขาเล่นอย่างยุติธรรมเลย" อลิซกล่าว
and she had a rather complaining tone
และเธอมีน้ำเสียงที่ค่อนข้างบ่น
"they all quarrel so dreadfully"
"พวกเขาทั้งหมดทะเลาะกันอย่างน่ากลัว"
"one can't hear oneself speak"
"คนเราไม่ได้ยินตัวเองพูด"
"and they don't seem to play by any rules"
"และดูเหมือนว่าพวกเขาจะไม่เล่นตามกฎเกณฑ์ใด ๆ "
the cat asked Alice a question in a low voice

แมวถามอลิซด้วยเสียงต่ำ

"How do you like the queen?"

"คุณชอบราชินีอย่างไร"

"I don't like her at all," said Alice

"ฉันไม่ชอบเธอเลย" อลิซกล่าว

Alice thought she might as well go back

อลิซคิดว่าเธออาจจะกลับไปดีกว่า

she wanted to see how the game was going

เธอต้องการดูว่าเกมเป็นอย่างไร

she went off in search of her hedgehog

เธอออกไปตามหาเม่นของเธอ

The hedgehog was busy fighting another hedgehog

เม่นกำลังยุ่งอยู่กับการต่อสู้กับเม่นอีกตัว

this was an excellent opportunity

นี่เป็นโอกาสที่ดี
she could croquet one hedgehog with the other
เธอสามารถโครเก้เม่นตัวหนึ่งกับอีกตัวหนึ่งได้
but her flamingo was on the other side of the garden
แต่นกฟลามิงโกของเธออยู่อีกด้านหนึ่งของสวน
the flamingo was rather clumsy
นกฟลามิงโกค่อนข้างเงอะงะ
her flamingo was trying to fly up into a tree
นกฟลามิงโกของเธอพยายามบินขึ้นไปบนต้นไม้
She caught the flamingo by the leg
เธอจับนกฟลามิงโกที่ขา
and she tucked the flamingo away under her arm
และเธอก็ซุกนกฟลามิงโกไว้ใต้วงแขนของเธอ
that way the flamingo couldn't escape again
วิธีนี้ฟลามิงโกจะหลบหนีไม่ได้อีก
Just then Alice happened to meet the duchess
จากนั้นอลิซบังเอิญได้พบกับดัชเชส
The duchess was now out of prison
ดัชเชสออกจากคุกแล้ว
She tucked her arm affectionately under Alice's arm
เธอซุกแขนของเธอไว้ใต้แขนของอลิซด้วยความรัก
and then they walked off together
แล้วพวกเขาก็เดินออกไปด้วยกัน
Alice was very glad to find her in such a pleasant temper
อลิซดีใจมากที่พบเธอมีอารมณ์ที่น่ารื่นรมย์
She was a little startled, however
อย่างไรก็ตาม เธอตกใจเล็กน้อย
she heard the voice of the duchess close to her ear

เธอได้ยินเสียงของดัชเชสอยู่ใกล้หูของเธอ
"You're thinking about something, my dear"
"คุณกำลังคิดอะไรบางอย่างที่รัก"
"and that makes you forget to talk"
"และนั่นทำให้คุณลืมพูด"
"The game's going on rather better now," Alice said
"ตอนนี้เกมค่อนข้างดีขึ้น" อลิซกล่าว
it was one way of keeping the conversation going
มันเป็นวิธีหนึ่งที่ทำให้การสนทนาดำเนินต่อไป
"it is so indeed," said the duchess
"มันเป็นเช่นนั้นจริงๆ" ดัชเชสกล่าว
"and the moral of that is this:"
"และศีลธรรมของสิ่งนั้นคือ:"
"It is love that does it all!"
"มันเป็นความรักที่ทำทุกอย่าง!"
"Love is what makes the world go around"
"ความรักคือสิ่งที่ทำให้โลกหมุนไปรอบ ๆ "
Alice had another explanation
อลิซมีคำอธิบายอีกอย่างหนึ่ง
"it's done by everybody minding his own business!"
"มันทำโดยทุกคนที่ใส่ใจธุรกิจของตัวเอง!"
"Ah, well! You could be right"
"อ่า ดี! คุณอาจจะพูดถูก"
"It all means much the same thing," said the Duchess
"ทั้งหมดนี้มีความหมายเหมือนกันมาก" ดัชเชสกล่าว
and she dug her sharp little chin into Alice's shoulder
และเธอก็ขุดคางเล็ก ๆ ที่แหลมคมของเธอเข้าไปในไหล่ของอลิซ
"and the moral of that is this"

"และศีลธรรมของสิ่งนั้นคือสิ่งนี้"
"Take care of the sense"
"ดูแลความรู้สึก"
"and then the sounds will take care of themselves"
"แล้วเสียงจะดูแลตัวเอง"
but then the duchess's arm began to tremble
แต่แล้วแขนของดัชเชสก็เริ่มสั่น
Alice looked up and there stood the queen
อลิซเงยหน้าขึ้นและราชินียืนอยู่
the queen had her arms folded
ราชินีพับแขน
and she was frowning like a thunderstorm!
และเธอขมวดคิ้วเหมือนพายุฝนฟ้าคะนอง!
"I give you fair warning," shouted the queen
"ข้าเตือนท่านอย่างยุติธรรม" ราชินีตะโกน
and she stomped on the ground as she spoke
และเธอก็เหยียบพื้นขณะที่เธอพูด
"either your head or her head must be off"
"หัวของคุณหรือหัวของเธอต้องหลุด"
"Take your choice!"
"เลือก!"
"and be quick about it"
"และรีบไป"
The duchess made her choice
ดัชเชสตัดสินใจเลือก
and within a moment the duchess was gone
และภายในครู่เดียวดัชเชสก็จากไป
Then the queen spoke to Alice

จากนั้นราชินีก็พูดกับอลิซ
"Let's go on with the game"
"ไปต่อกับเกมกันเถอะ"
Alice was too frightened to say a word
อลิซกลัวเกินกว่าจะพูดอะไรสักคำ
and she slowly followed her back to the croquet-ground
และเธอค่อยๆ เดินตามเธอกลับไปที่พื้นครือก
the whole time the queen quarrelled with the other players
ตลอดเวลาที่ราชินีทะเลาะกับผู้เล่นคนอื่น ๆ
"Chop off his head!"
"ตัดหัวเขา!"
"Chop off her head!"
"ตัดหัวเธอ!"
"Chop all their heads off!"
"ตัดหัวของพวกเขาออกทั้งหมด!"
soon all the players were in custody
ในไม่ช้าผู้เล่นทุกคนก็ถูกควบคุมตัว
only the king, the queen, and Alice remained
มีเพียงกษัตริย์ ราชินี และอลิซเท่านั้นที่เหลืออยู่
Then the queen left, quite out of breath
จากนั้นราชินีก็จากไปด้วยลมหายใจไม่ออก
and she walked away with Alice
และเธอก็เดินจากไปพร้อมกับอลิซ
Alice heard the king quietly say something
อลิซได้ยินกษัตริย์พูดอะไรบางอย่างอย่างเงียบ ๆ
"You are all pardoned"
"พวกคุณได้รับการอภัยโทษแล้ว"
but suddenly there was another cry heard

แต่ทันใดนั้นก็ได้ยินเสียงร้องอีกครั้ง
"The trial is beginning!"
"การพิจารณาคดีกำลังเริ่มต้นขึ้น!"
and Alice ran along with the others
และอลิซก็วิ่งไปพร้อมกับคนอื่นๆ

who stole the tarts?
ใครขโมยทาร์ต?

The king and queen of hearts were seated
กษัตริย์และราชินีแห่งหัวใจนั่งอยู่

they were on their throne when Alice arrived
พวกเขาอยู่บนบัลลังก์เมื่ออลิซมาถึง

there was a great crowd assembled around them
มีฝูงชนจำนวนมากมารวมตัวกันรอบตัวพวกเขา

there were all sorts of little birds and beasts
มีนกตัวน้อยและสัตว์ร้ายทุกชนิด

and there was the whole pack of cards
และมีการ์ดทั้งซอง

the knave was standing in front of them, in chains
มีดยืนอยู่ตรงหน้าพวกเขาด้วยโซ่

and there was a soldier on each side to guard him
และมีทหารอยู่แต่ละด้านคอยเฝ้าพระองค์

near the King was the white rabbit
ใกล้กษัตริย์คือกระต่ายขาว

he had a trumpet in one hand
เขามีแตรอยู่ในมือข้างหนึ่ง

and he had a scroll of parchment in the other hand
และเขามีม้วนกระดาษหนังอยู่ในมืออีกข้างหนึ่ง

In the very middle of the court was a table
ตรงกลางศาลมีโต๊ะ

on the table was a large dish of tarts
บนโต๊ะมีทาร์ตจานใหญ่

"I wish they'd get the trial done," Alice thought
"ฉันหวังว่าพวกเขาจะพิจารณาคดีให้เสร็จ" อลิซคิด

"then we could eat some of those refreshments!"
"ถ้าอย่างนั้นเราก็กินเครื่องดื่มเหล่านั้นได้!"

The judge, by the way, was the king
ผู้พิพากษาคือกษัตริย์
and he wore his crown over his great wig
และเขาสวมมงกุฎของเขาเหนือวิกผมขนาดใหญ่ของเขา
"That's the jury-box," thought Alice
"นั่นคือกล่องคณะลูกขุน" อลิซคิด
"and those twelve creatures, I suppose they are the jurors"
"และสิ่งมีชีวิตสิบสองคนนั้น ฉันคิดว่าพวกเขาเป็นลูกขุน"
some were animals, and some were birds
บางตัวเป็นสัตว์และบางตัวเป็นนก
Just then the white rabbit cried out
กระต่ายขาวก็ร้องออกมา
"Silence in the court!"
"เงียบในศาล!"
"Herald, read the accusation!" said the king

"เฮรัลด์ อ่านข้อกล่าวหา!" กษัตริย์ตรัส
the white rabbit blew three blasts on the trumpet
กระต่ายขาวเป่าทรัมเป็ตสามครั้ง
then he unrolled the parchment-scroll
จากนั้นเขาก็คลี่ม้วนกระดาษ
and he read as follows:
และเขาอ่านดังนี้:
"The queen of hearts, she made some tarts,"
"ราชินีแห่งหัวใจ เธอทำทาร์ต"
"All this she did on a summer day"
"ทั้งหมดนี้เธอทำในวันฤดูร้อน"
"The knave of hearts, he stole those tarts"
"มีดแห่งหัวใจ เขาขโมยทาร์ตเหล่านั้น"
"And he took those tarts far away!"
"และเขาก็เอาทาร์ตเหล่านั้นไปไกล!"
"Call the first witness," said the king
"เรียกพยานคนแรก" กษัตริย์ตรัส
and the white rabbit blew three blasts on the trumpet
และกระต่ายขาวก็เป่าแตรสามครั้ง
"bring the first witness!" he called out
"นำพยานคนแรกมา!" เขาตะโกน
The first witness was the hat maker
พยานคนแรกคือช่างทำหมวก
he came in with a teacup in one hand
เขาเข้ามาพร้อมถ้วยชาในมือข้างหนึ่ง
and he had a piece of bread and butter in the other hand
และเขามีขนมปังและเนยชิ้นหนึ่งอยู่ในมืออีกข้างหนึ่ง
"You ought to have finished," said the King

"ท่านควรจะจบแล้ว" กษัตริย์ตรัส

"When did you begin?"

"คุณเริ่มเมื่อไหร่?"

The hat maker looked at the march hare

ช่างทำหมวกมองไปที่กระต่ายเดินขบวน

the march hare had followed him into the court

กระต่ายเดินขบวนตามเขาเข้าไปในศาล

he had walked arm in arm with the dormouse

เขาเดินจับมือกับหนูนอน

"Fourteenth of March, I think it was," he said

"สิบสี่เดือนมีนาคม ฉันคิดว่ามันเป็นเช่นนั้น"

"Give your evidence," said the king

"ให้หลักฐานของคุณ" กษัตริย์ตรัส

"and don't be nervous, or I'll have you executed on the spot"

"และอย่าประหม่า ไม่งั้นฉันจะประหารชีวิตคุณทันที"

This did not seem to encourage the witness at all

สิ่งนี้ดูเหมือนจะไม่สนับสนุนพยานเลย

he kept shifting from one foot to the other

เขาขยับจากเท้าข้างหนึ่งไปอีกข้างหนึ่ง

and he looked uneasily at the queen

และเขามองไปที่ราชินีอย่างไม่สบายใจ

and, in his confusion, he bit a large piece out of his teacup

เขากัดชิ้นใหญ่ออกจากถ้วยชาของเขา

really he meant to bite from his bread and butter

จริงๆ แล้วเขาตั้งใจจะกัดขนมปังและเนยของเขา

Just at this moment Alice felt a very curious sensation

ในขณะนั้นอลิซรู้สึกอยากรู้อยากเห็นมาก

she was beginning to grow larger again

เธอเริ่มโตขึ้นอีกครั้ง
The miserable hat maker dropped his teacup
ช่างทำหมวกที่น่าสังเวชทำถ้วยชาหล่น
and the bread and butter fell to the ground
ขนมปังและเนยก็ตกลงสู่พื้น
and he went down on one knee
และเขาก็คุกเข่าลง
"I'm a poor man, your majesty," he began
"ข้าพเจ้าเป็นคนยากจน พระบาทสมเด็จพระเจ้าอยู่หัว"
"You're a very poor speaker," said the king
"คุณเป็นนักพูดที่แย่มาก" กษัตริย์ตรัส
"You may go," said the king
"ท่านไปได้" กษัตริย์ตรัส
and the hat maker hurriedly left the court
และช่างทำหมวกก็รีบออกจากศาล
"Call the next witness!" said the king
"เรียกพยานคนต่อไป!" กษัตริย์ตรัส
The next witness was the duchess's cook
พยานคนต่อไปคือพ่อครัวของดัชเชส
She carried the pepper-box in her hand
เธอถือกล่องพริกไทยไว้ในมือ
and the people near the door began sneezing all at once
และผู้คนใกล้ประตูก็เริ่มจามพร้อมกัน
"Give your evidence," said the king
"ให้หลักฐานของคุณ" กษัตริย์ตรัส
"I shall give no evidence," said the cook
"ฉันจะไม่ให้หลักฐาน" พ่อครัวกล่าว
The king looked anxiously at the white rabbit

กษัตริย์มองกระต่ายขาวด้วยความกังวล
and the white rabbit spoke in a quiet voice
และกระต่ายขาวพูดด้วยเสียงเบา ๆ
"your majesty must cross-examine this witness"
"พระบาทสมเด็จพระเจ้าอยู่หัวทรงสอบปากคำพยานคนนี้"
"Well, if I must, I must," the king said
"ถ้าฉันต้อง ฉันก็ต้อง" กษัตริย์กล่าว
"What are tarts made of?"
"ทาร์ตทำมาจากอะไร"
"tarts are made of pepper, mostly," said the cook
"ทาร์ตส่วนใหญ่ทำจากพริกไทย" พ่อครัวกล่าว
For some minutes the whole court was in confusion
สักครู่ทั้งศาลสับสน
eventually they all settled down again
ในที่สุดพวกเขาก็กลับมาตั้งรกรากอีกครั้ง
but by then the cook had disappeared
แต่เมื่อถึงตอนนั้นพ่อครัวก็หายตัวไป
"Never mind!" said the king
"ไม่เป็นไร!" กษัตริย์ตรัส
"call to the stand the next witness"
"เรียกพยานคนต่อไปมายืน"
Alice watched the white rabbit as he fumbled over the list
อลิซเฝ้าดูกระต่ายขาวขณะที่เขาคลำรายการ
you can imagine her surprise at what she heard next
คุณสามารถจินตนาการถึงความประหลาดใจของเธอกับสิ่งที่เธอไ
ด้ยินต่อไป
at the top of his shrill little voice, he called the name "Alice!"
เขาเรียกชื่อว่า "อลิซ!"

"Here!" cried Alice
"นี่!" อลิซร้อง

She jumped up in a great hurry
เธอกระโดดขึ้นอย่างรีบร้อน

and she tipped over the jury-box
และเธอก็พลิกคว่ำกล่องคณะลูกขุน

and she knocked over all the jurymen
และเธอก็ล้มคณะลูกขุนทั้งหมด

and they fell on to the heads of the crowd below
และพวกเขาก็ล้มลงบนศีรษะของฝูงชนด้านล่าง

Alice was in great dismay
อลิซตกใจมาก

"Oh, I beg your pardon!" she exclaimed
"โอ้ ฉันขอโทษ!" เธออุทาน

"The trial cannot proceed," said the king
"การพิจารณาคดีไม่สามารถดำเนินต่อไปได้" กษัตริย์ตรัส

"the jurymen must get back in their proper places"
"คณะลูกขุนต้องกลับไปอยู่ในที่ที่เหมาะสม"

he repeated the order with great emphasis
เขาย้ำคำสั่งด้วยความเน้นย้ำ

and he looked at Alice sternly
และเขามองอลิซอย่างเคร่งครัด

"What do you know about these events?" the king asked Alice
"คุณรู้อะไรเกี่ยวกับเหตุการณ์เหล่านี้" กษัตริย์ถามอลิซ

"I know nothing on the subject," said Alice

"ฉันไม่รู้อะไรเลยในเรื่องนี้" อลิซกล่าว
The king then read from his book
จากนั้นกษัตริย์อ่านจากหนังสือของเขา
"Rule forty two"
"กฎสี่สิบสอง"
"All persons more than a mile high are to leave the court"
"ทุกคนที่สูงเกินหนึ่งไมล์จะต้องออกจากศาล"
"I'm not a mile high," said Alice
"ฉันไม่สูงสักไมล์" อลิซกล่าว
"Nearly two miles high," said the Queen
"สูงเกือบสองไมล์" ราชินีตรัส

"Well, I refuse to go," said Alice
"ฉันปฏิเสธที่จะไป" อลิซกล่าว
The king turned pale
กษัตริย์หน้าซีด

and he shut his note-book hastily
และเขาก็รีบปิดสมุดบันทึกของเขา
"Consider your verdict," he said to the jury
"พิจารณาคำตัดสินของคุณ" เขาพูดกับคณะลูกขุน
he spoke in a low, trembling voice
เขาพูดด้วยน้ำเสียงต่ำและสั่นสะเทือน
then the white rabbit spoke
จากนั้นกระต่ายขาวก็พูด
"There's more evidence to come yet"
"ยังมีหลักฐานเพิ่มเติมที่จะมา"
and he jumped up in a great hurry
และเขาก็กระโดดขึ้นอย่างเร่งรีบ
"This paper has just been picked up"
"กระดาษนี้เพิ่งหยิบขึ้นมา"
"It seems to be a letter written by the prisoner"
"ดูเหมือนว่าจะเป็นจดหมายที่เขียนโดยนักโทษ"
He unfolded the paper as he spoke
เขากางกระดาษออกขณะพูด
"It isn't a letter, after all"
"มันไม่ใช่จดหมาย"
"what it was was a set of verses"
"สิ่งที่เป็นชุดของข้อ"
"Please, your majesty," said the knave
"ได้โปรด พระบาทสมเด็จพระเจ้าอยู่หัว" มีดกล่าว
"I didn't write those verses"
"ฉันไม่ได้เขียนข้อเหล่านั้น"
"and they can't prove that I wrote anything"
"และพวกเขาไม่สามารถพิสูจน์ได้ว่าฉันเขียนอะไรเลย"

"there's no name signed at the end"
"ไม่มีชื่อลงนามในตอนท้าย"
the king spoke to the knave
กษัตริย์ตรัสกับมีด
"You must have meant to cause some mischief"
"คุณคงตั้งใจจะก่อความชั่วร้าย"
"else you'd have signed your name like an honest man"
"ไม่เช่นนั้นคุณคงเซ็นชื่อเหมือนคนซื่อสัตย์"
There was a general clapping of hands
มีเสียงปรบมือทั่วไป
and the king turned to the white rabbit
และกษัตริย์ก็หันไปหากระต่ายขาว
"Read the verses," he ordered
"อ่านโองการ" เขาสั่ง
There was dead silence in the court
มีความเงียบสงบในศาล
and the white rabbit read out the verses
และกระต่ายขาวก็อ่านโองการ
They told me you had been to her
พวกเขาบอกฉันว่าคุณเคยไปหาเธอ
And they mentioned me to him
และพวกเขาก็พูดถึงฉันกับเขา
She gave me a good character
เธอให้ตัวละครที่ดีแก่ฉัน
But she said I could not swim
แต่เธอบอกว่าฉันว่ายน้ำไม่เป็น
He sent them word I had not gone
เขาส่งข่าวให้พวกเขาว่าฉันไม่ได้ไป

We know it to be true
เรารู้ว่ามันเป็นความจริง

If she should push the matter on, what would become of
you?
ถ้าเธอผลักดันเรื่องนี้ต่อไป จะเกิดอะไรขึ้นกับคุณ?

I gave her one, they gave him two
ฉันให้เธอหนึ่ง พวกเขาให้เขาสอง

You gave us three or more
คุณให้เราสามหรือมากกว่านั้น

They all returned from him to you
พวกเขาทั้งหมดกลับมาจากพระองค์ถึงคุณ

although they were mine before
แม้ว่าพวกเขาจะเป็นของฉันมาก่อน

If I or she should chance to be
ถ้าฉันหรือเธอมีโอกาสเป็น

If I or she were involved in this affair
ถ้าฉันหรือเธอมีส่วนเกี่ยวข้องกับเรื่องนี้

He trusts to you to set them free
พระองค์ทรงวางใจให้คุณปลดปล่อยพวกเขา

Exactly as we were
ตรงอย่างที่เราเป็น

My notion was that you had been
ความคิดของฉันคือคุณเคยเป็น

Before she had this fit
ก่อนที่เธอจะพอดี

An obstacle that came between
อุปสรรคที่มาระหว่าง

Him, and ourselves, and it

พระองค์ และตัวเราเอง และมัน

Don't let him know she liked them best

อย่าให้เขารู้ว่าเธอชอบพวกเขามากที่สุด

For this must for ever be a secret, kept from all the rest

เพราะนี่ต้องเป็นความลับตลอดไป

ถูกเก็บไว้จากส่วนที่เหลือทั้งหมด

This secret must remain a secret between yourself and me

ความลับนี้ต้องยังคงเป็นความลับระหว่างคุณกับฉัน

the king was very impressed

กษัตริย์ประทับใจมาก

"That's the most important piece of evidence we've heard yet"

"นั่นเป็นหลักฐานที่สำคัญที่สุดที่เราเคยได้ยินมา"

"I don't believe those verses carry an atom of meaning," objected Alice

"ฉันไม่เชื่อว่าข้อพระคัมภีร์เหล่านั้นมีความหมาย" อลิซคัดค้าน

the King had his own opinion on the matter

กษัตริย์มีความเห็นของพระองค์เองในเรื่องนี้

"If there's no meaning in those words, that saves a world of trouble"

"ถ้าไม่มีความหมายในคำพูดเหล่านั้น

นั่นจะช่วยโลกแห่งปัญหาได้"

"then we needn't try to find the meaning"

"ถ้าอย่างนั้นเราไม่จำเป็นต้องพยายามหาความหมาย"

"Let the jury consider their verdict"

"ให้คณะลูกขุนพิจารณาคำตัดสินของพวกเขา"

"No, no!" said the queen

"ไม่ ไม่!" ราชินีกล่าว

"Sentencing first—verdict afterwards"
"ตัดสินก่อน—คำตัดสินหลังจากนั้น"

"Stuff and nonsense!" said Alice loudly
"เรื่องไร้สาระ!" อลิซพูดเสียงดัง

"how silly it is to sentence the defendant first!"
"มันโง่แค่ไหนที่จะตัดสินจำเลยก่อน!"

"Hold your tongue!" said the queen, turning purple
"กลั้นลิ้น!" ราชินีพูด เปลี่ยนเป็นสีม่วง

"I will not hold my tongue!" said Alice
"ฉันจะไม่กลั้นลิ้น!" อลิซกล่าว

the queen shouted at the top of her voice
ราชินีตะโกนด้วยเสียงสูงสุด

"chop off her head!"
"ตัดหัวของเธอ!"

Nobody made a movement

ไม่มีใครเคลื่อนไหว
"Who cares what you say?" said Alice
"ใครสนใจสิ่งที่คุณพูด" อลิซกล่าว
she had grown to her full size by this time
เธอโตเต็มขนาดในเวลานี้
"You're nothing but a pack of cards!"
"คุณไม่มีอะไรนอกจากการ์ดแพ็ค!"
At this, all the cards rose up in the air
เมื่อถึงจุดนี้ ไพ่ทั้งหมดลอยขึ้นในอากาศ
and all the cards came flying down upon her
และไพ่ทั้งหมดก็บินลงมาหาเธอ
she gave a little scream
เธอกรีดร้องเล็กน้อย
she was half afraid, but also angry
เธอกลัวครึ่งหนึ่ง แต่ก็โกรธเช่นกัน
and she tried to fight the cards off of herself
และเธอพยายามต่อสู้กับไพ่ของตัวเอง
and then she found herself lying on the grass bank
แล้วเธอก็พบว่าตัวเองนอนอยู่บนตลิ่งหญ้า
her head was in the lap of her sister
ศีรษะของเธออยู่ในตักของน้องสาวของเธอ
some dead leaves had landed on her face
ใบไม้ที่ตายแล้วตกลงบนใบหน้าของเธอ
and her sister was gently brushing the leaves away
และน้องสาวของเธอก็ค่อยๆ ปัดใบไม้ออก
"Wake up, Alice dear!" said her sister
"ตื่นขึ้นเถอะ อลิซที่รัก!" น้องสาวของเธอพูด
"what a long sleep you've had!"

"คุณนอนหลับนานมาก!"

"Oh, I've had such a curious dream!" said Alice

"โอ้ ฉันฝันอยากรู้อยากเห็น!" อลิซกล่าว

And she told her sister all she could remember

และเธอก็บอกน้องสาวของเธอทุกอย่างที่เธอจำได้

all the strange adventures that you have just been reading about

การผจญภัยแปลก ๆ ทั้งหมดที่คุณเพิ่งอ่าน

Alice got up and ran off

อลิซลุกขึ้นและวิ่งหนีไป

and she thought, while she ran, about her dream

และเธอคิดถึงความฝันของเธอในขณะที่เธอวิ่ง

"what a wonderful dream it had been!"

"ช่างเป็นความฝันที่ยอดเยี่ยมจริงๆ!"

9 781835 667439